यांच्या लाथा त्यांचे बुक्के

दिलीपराज प्रकाशन प्रा.लि.™

२५१ क, शनिवार पेठ, पुणे - ४११०३०.

दिलीपराज प्रकाशनाची सर्व पुस्तके आता आपण Online खरेदी करू शकता.

आमच्या Website ला कृपया एकदा अवश्य भेट द्या. अथवा Email करा.

Email - diliprajprakashan@yahoo.in

www.diliprajprakashan.in

राजेश राजोरे

दिलीपराज प्रकाशन प्रा. लि.™
२५१ क, शनिवार पेठ, पुणे - ४११०३०

यांच्या लाथा त्यांचे बुक्के
Yanchya Latha Tyanche Bukke

ISBN : 978 - 93 - 5117 - 032 - 7

प्रकाशक । राजीव दत्तात्रय बर्वे । मॅनेजिंग डायरेक्टर ।
दिलीपराज प्रकाशन प्रा. लि.। २५१ क, शनिवार पेठ, पुणे ४११०३०.
दूरध्वनी क्रमांक (फॅक्ससहित)
२४४७१७२३ । २४४८३९९५ । २४४९५३१४

'समीक्षा', सुविधा अपार्टमेंट,
नांदुरा रोड, खामगाव, जि. बुलडाणा
मो. ९४२२८८०४४४, ९८२२५९३९०३

मुद्रक । Repro India Ltd,
Mumbai.

प्रथमावृत्ती । १५ ऑगस्ट २०१५

प्रकाशन क्रमांक । २१९६

अक्षरजुळणी । सौ. मधुमिता राजीव बर्वे
पितृछाया मुद्रणालय । ९०९, रविवार पेठ । पुणे ४११००२.

मुद्रितशोधन । पूजा कुलकर्णी

मुखपृष्ठ । शिरीष घाटे

महाराष्ट्राच्या कोनाकोपऱ्यांतील सरळ-सरळच्या
सर्व रसिक वाचकांना— ज्यांनी आजवर
उदंड प्रेम देऊन माझ्या लेखणीला बळ दिले,
त्यांनाच हा पुस्तकरूपी आविष्कार
सविनय भावपूर्वक अर्पण...

अनुक्रमणिका

प्रस्तावना
निर्भेळ मुक्तचिंतन

'सकाळच्या चहाबरोबर थंड होत जाणारी साहित्यकृती' असे ज्याचे वर्णन साक्षात पु. ल. देशपांडे यांनी केले, त्या वृत्तपत्रीय लिखाणाची, विशेषत: त्यात प्रसिद्ध होणाऱ्या स्तंभाची, आयुर्मर्यादा त्या दिवसाच्या सकाळपुरती, फार तर त्या दिवसापुरती मर्यादित असते, अशी एक सार्वत्रिक समजूत असल्याने, ज्याची किंमत केवळ रद्दीची, तिचे संग्रह कशाला प्रसिद्ध करायचे आणि कुणी हौसेने प्रकाशित केलेच, तर ते वाचकांनी का वाचायचे, असे अडचणीत टाकणारे प्रश्न खाजगीत व अनेकदा जाहीरपणेही विचारले जातात. एक गोष्ट खरी, की वृत्तपत्रीय लिखाण त्या त्या काळातील घटनांवर व विचारांवर आधारित असल्याने काही दिवसांनंतर त्यांचे संदर्भ व महत्त्वही बदलत राहाते. अशा लिखाणाचा संग्रह काही वर्षांनंतर हाती पडल्यास एक तर तो रुचिहीन वा संदर्भहीन ठरतो किंवा अनेकदा असे लिखाण वाचकाची दिशाभूलही करू शकते.

हे सर्व खरे असले तरी अनेकदा वृत्तपत्रीय लिखाणातही शाश्वत मूल्य असलेले विचार वाचायला मिळतात. असे विचार केवळ त्या दिवसापुरते नव्हे, तर पुढील अनेक वर्षे व अनेक पिढ्यांना आनंद देणारे आणि मार्गदर्शन करणारे असतात. असे लिखाण जर दुसऱ्या दिवशी रद्दीत गेले, तर ते चिरकालीन सामाजिक/सांस्कृतिक नुकसान ठरते. म्हणूनच अशा लिखाणाचे संग्रह पुस्तकरूपाने प्रकाशित होणे, ही काळाची गरज ठरते. आचार्य प्र. के. अत्रे यांचे 'मराठा', 'नवयुग' मधील मृत्युलेखांचे 'समाधीवरील अश्रू' हे संग्रहात्मक पुस्तक किंवा विजय तेंडुलकर यांचा 'कोवळी उन्हे' हा 'महाराष्ट्र टाइम्स' मधील त्यांच्या मनातील स्पंदनांवर आधारित साप्ताहिक सदराचा संग्रह सदाहरित व आनंददायी ठरतात. अनेकदा संदर्भ बदलतात.

तरी मानवी मनाचे साचे बदललेले नाहीत आणि जीवनमूल्येही अबाधित आहेत, हे असे संग्रह वाचल्यानंतर ध्यानात येते आणि अशी पुस्तके मनात आणि घरातल्या लायब्ररीत कायमचे स्थान मिळवतात. मराठी आणि इंग्रजीत वृत्तपत्रीय लिखाणाचे असे अनेक संग्रह अक्षर साहित्यकृती बनले आहेत. सर विल्यम चर्चिल यांच्या युद्धाच्या बातम्यांवरील लिखाणाचा संग्रह किंवा काळकर्ते शिवराम महादेव परांजपे यांच्या लिखाणाचे संग्रह याच वर्गात मोडतात. केवळ वृत्तपत्रीय सदराचा संग्रह म्हणून अशा पुस्तकांकडे कोणी पाहू नये, हे चांगले.

विदर्भातील लेखक पत्रकार राजेश राजोरे यांच्या 'सरळसरळ' या साप्ताहिक स्तंभाचा संग्रह असलेला 'यांच्या लाथा, त्यांचे बुक्के' या पुस्तकाची प्रस्तावना लिहिण्यास मला प्रथम 'दैनिक देशोन्नती' चे मालक, संपादक आणि माझे जुने स्नेही प्रकाशभाऊ पोहरे यांनी सांगितले आणि नंतर राजोरे यांनी फोन करून पुस्तकाची पानेही पाठवली. त्यांची तत्परता पत्रकाराच्या मानसिकतेप्रमाणेच असल्याचे जाणवले. राजोरे हे 'देशोन्नती' च्या बुलडाणा आवृत्तीचे संपादक. खामगावसारख्या बुलडाण्यातील एका गाववजा नगरात राहूनही राजोरे यांच्या विचारांची व प्रतिभेची झेप महानगरातील तथाकथित उच्चभ्रू व उच्च विद्याभूषित पत्रकारांच्या तोडीची किंवा काकणभर सरसच असल्याचे जाणवत राहिले.

फारच थोड्या पत्रकारांना स्वत:ची 'स्टाईल' असते. कुणाचीतरी शैली वापरून पत्रकार आपले लिखाण करत राहातात. रोजच्या रोज लिखाण करण्याचे व्यावसायिक बंधन असल्याने शैलीपेक्षा शब्दसंख्या आणि वेळ याकडेच लक्ष द्यावे लागते. त्यामुळे वृत्तपत्रीय कार्यालयाच्या गजबजाटात बोटे कॉम्प्यूटरवर फिरत असताना डोळे मात्र घड्याळ्याकडे लागलेले असतात. अशा वेळी 'स्टाईल'पेक्षा मजकूर हातावेगळा करण्यालाच महत्त्व. राजोरे यांचे लिखाणही अशाच अवघड खिंडीतल्या व घाटातल्या नागमोडी रस्त्यांनी गेलेले असणार. तरीही राजोरे यांनी आपली खास शैली जोपासली आहे, हे विशेष. उदाहरणार्थ, 'यांच्या लाथा, त्यांचे बुक्के' मधील प्रत्येक लेखाची सुरुवात काव्यपंक्तीने होते. हे काव्य कधी श्लोक, कधी कविता, कधी शेर, तर कधी सुभाषित असते. लेखाची अखेरही बहुधा तशीच असते. असे सातत्य सांभाळायचे तर व्यासंग तर हवाच, शिवाय कुठे काय वापरायचे याची उत्तम जाण व तारतम्यही हवे. हे भान व तारेवरची कसरत राजोरे यांनी नीट, यशस्वीपणे आणि सावधानतेने सांभाळली आहे. वृत्तपत्रीय स्तंभलेखनात शब्दसंख्येचे बंधन असल्याने अनेकदा मोठे व बहुपदरी विषय हाताळणे अवघड जाते व विषयाला न्याय दिला नाही, याची बोच पत्रकाराला कायमची लागतेच; शिवाय वाचकालाही त्यात

अपुरेपणा दिसत राहातो. काही विषयांची निवड (उदाहरणार्थ - शेतकऱ्यांच्या आत्महत्या, स्वतंत्र विदर्भाची मागणी) करून त्यांनी त्यावर सविस्तर लेखन पुस्तकरूपाने करावे, अशी सूचना करावीशी वाटते. अशा लिखाणाला शब्दसंख्येचे बंधन नसल्याने मुक्त चिंतन करणे तुलनेने सोपे व सोयीचेही असते.

राजोरे यांच्या लिखाणाला विषयाची बंधने नाहीत, हे आणखी एक विशेष. त्यांनी मतिमंद, अनाथ मुलांपासून शेतीचे प्रश्न, तरुणांचे प्रश्न, राजकीय व शैक्षणिक क्षेत्रातील बुवाबाजी, डॉक्टरांकडून लूटमार, आरक्षणाचे राजकारण, फुकट्यांचा देश आणि अशा अनेक विषयांवर निर्भेळ व निःपक्ष मुक्तचिंतन केले आहे.

'यांच्या लाथा, त्यांचे बुक्के' हा निम-शहरी महाराष्ट्रातील निर्भय व निःस्पृह पत्रकाराच्या मनाचा आलेख आहे आणि म्हणूनच तो वाचनीय, मननीय व संग्राह्य आहे.

भारतकुमार राऊत
bharatkumar.raut@gmail.com
माजी राज्यसभा सदस्य तथा संपादक, महाराष्ट्र टाइम्स

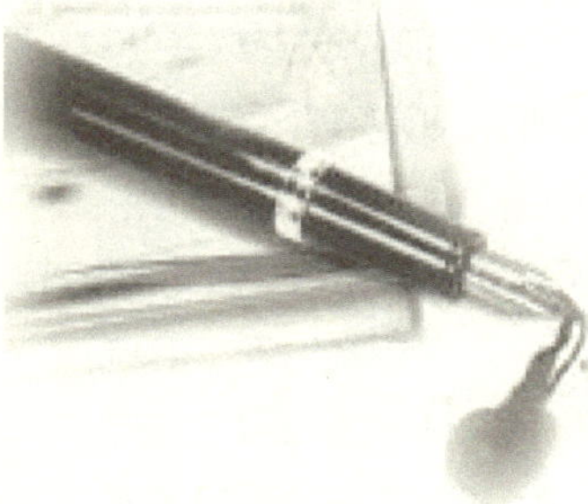

मनोगत

आईने के सामने सजता सवँरता है हर कोई,
मगर आइनोंसी साफ जिंदगी जीता नहीं कोई ।

आरसा हा आपल्या प्रत्येकाच्या जिव्हाळ्याचा विषय. सर्वसामान्य असो अथवा समाजात प्रतिष्ठित म्हणून राहाणारे असो, प्रत्येक व्यक्ती आरशापुढे चांगली, नीटनेटकी तयार होते, मात्र आरशाप्रमाणे स्वच्छ आयुष्य जगत नाही. असा अनुभव आपल्या सर्वांना आला आहे. आपण ज्या समाजात राहातो तो समाज चांगला असावा, अशी अपेक्षा असते, तर दुसरीकडे समाजातील अनेक गैरप्रकार खटकतात, हे चुकीचे प्रकार वर्षानुवर्षे कसे चालत आहेत, असा प्रश्नही पडतो. विशेष म्हणजे कोणत्याही शाळेत, महाविद्यालयात गैरवर्तन व गैरप्रकार शिकविले जात नाहीत, तरीही अनेक छोटे आणि मोठे गैरप्रकार मात्र सर्रास केले जातात.

याबाबत अधिक अभ्यास केला, तर हे चुकीचे प्रकार असेच सुरू राहावे, असं संबंधित लोकांना वाटत असल्याचे स्पष्ट होते. त्यात त्यांचा फायदा असतो, म्हणूनच हेतूपुरस्सरपणे जनता-अधिकारी-शासन एकमेकांना दोष देत, असे प्रकार सुरूच ठेवत असतात. विविध क्षेत्रातील अशा सामाजिक गैरप्रकारांना मांडून, लक्ष वेधण्याचा प्रयत्न सदर लिखाणाच्या माध्यमातून केला आहे. 'टाळी एका हाताने वाजत नाही' हेच सत्य 'यांच्या लाथा, त्यांचे बुक्के' या पुस्तकाच्या लिखाणातून दाखवून, चुकीच्या प्रवृत्तीवर कठोर शब्दांत टीका केली आहे.

मागे 'पत्रकारितेतील वास्तव' या पुस्तकात पत्रकार जगातील गैरप्रकार मांडून पत्रकारिता अधिक जबाबदार व्हावी, ही अपेक्षा व्यक्त केली. तर आता 'यांच्या लाथा, त्यांचे बुक्के' या माझ्या दुसऱ्या लेखसंग्रहातून एक

प्रकारे समाजातील वास्तव आपल्या समोर ठेवले असून समाजातील प्रत्येक घटकाने अधिक जबाबदार व्हावे, असे अपेक्षिले आहे.

समाजात अनेक थोर नेते, समाजसुधारक व संत-महात्मे होऊन गेलेत आणि आहेत. त्यांचे अथक प्रयत्न व महान कार्यानंतर आजही समाज पूर्णपणे सुधारला नाही, तर सर्व समाज बिघडला आहे, असेही चित्र नाही. एक संपादक या नात्याने समाजाकडे बघताना त्रासदायक वाटणाऱ्या काही गोष्टींवर लिहिलेच पाहिजे, असे वाटले म्हणून हा 'सरळसरळ' शब्दातील लेखन प्रपंच. देशोन्नतीच्या साप्ताहिक स्तंभाचे शीर्षक जरी 'सरळसरळ' होते तरी हे लिखाण बरेच वाकडेतिकडे होते, याची मला जाणीव आहे. या लिखाणासाठी प्रशंसेचे अनेक फोन आले. रस्ता घाटवळणाचा असला, म्हणजेच वाकडा-तिकडा असला, तरी तो रस्ता नियोजित ठिकाणी पोहोचवून देतो, तद्वतच हे लिखाण वाकडेतिकडे असले तरी ते वाचकांना नियोजित ठिकाणी निश्चितच पोहोचवून देईल, असा माझा विश्वास आहे.

गेल्या ३० वर्षांच्या पत्रिकारितेत महाराष्ट्रात फिरताना अनेक अनुभव आले, अनेक समस्यांवर लिखाणही झाले, मात्र अनेक समस्या कायमस्वरूपी कोणालाही सोडवयाच्या नाहीत, असेच जाणवत राहिले. नेते, अधिकारी व जनता एकमेकांपासून संतुष्ट का होत नाहीत, गैरवर्तन व गैरप्रकार का करतात, दुटप्पीपणा का करतात, आदी प्रश्नांची उत्तरे सापडली नाहीत आणि मन व्यथित होत राहिले. आपणास सहनही होत नाही आणि आपण सुधारूही शकत नाही, असे वाटत राहिले.

दरम्यान श्री. संत गजानन महाराज संस्थान, शेगावचे अध्यक्ष श्री. शिवशंकरभाऊ पाटील; १२५ अपंग, निराधार मुलांचा बाप, अनाथांचे नाथ शंकरबाबा पापळकर; ज्येष्ठ संपादक थोर विचारवंत मा. गो. वैद्य; शेतकरी नेते, 'देशोन्नती'चे मुख्य संपादक प्रकाशभाऊ पोहरे यांच्या कार्याची जाणीव झाली. समाजहितासाठी झटणारी ही मंडळी पाहून मला खूप ऊर्जा मिळाली.

जीवन जगताना लहानसहान गोष्टींकडे लक्ष देऊन त्या व्यवस्थित केल्या, तर जगणे सुकर होते. शेवटी प्रत्येक ठिकाणी तडजोड करून पुढे जाता येते, म्हणून नैतिकता, नीतिमत्ता व शाश्वत मूल्यांशी तडजोड करावी काय? हे मूलभूत प्रश्न अस्वस्थ करीत राहिले.

सदर पुस्तकात समाजातील अनेक समस्या, त्यांचे परिणाम मांडताना, समस्येला जबाबदार कोण? हे स्पष्ट लिहिले आहे, तर या सर्व समस्यांकडे सकारात्मकदृष्ट्या पाहून संबंधितांनीच योग्य मार्ग काढून भूमिका वठवावी, अशी अपेक्षाही व्यक्त केली आहे.

सदर पुस्तकातील बहुतांश लेख यापूर्वी 'दैनिक देशोन्नती'मध्ये सातत्याने 'सरळसरळ' स्तंभातून प्रसिद्ध झाले आहे. आपल्या लिखाणाने काय होईल, असा विचार करण्यापेक्षा आपण जे करू शकतो, ते केलेच पाहिजे, या उद्देशाने आणि एका पणतीच्या कार्याचा आदर्श घेऊन केलेले सदर लिखाण आपल्या पसंतीस उतरेल, अशी अपेक्षा बाळगतो.

या पुस्तकासाठी प्रेरणास्थान असलेले 'दै. देशोन्नती'चे मालक व मुख्य संपादक प्रकाशभाऊ पोहरे यांचे, तसेच सदर पुस्तकासाठी प्रस्तावना देणारे आदरणीय ज्येष्ठ संपादक, तत्वचिंतक माजी राज्यसभा सदस्य भारतकुमार राऊत, या पुस्तकाला आगळेवेगळे नाव सुचविणारे ज्येष्ठ लेखक, समीक्षक शंकर सारडा आणि आपल्यापर्यंत पुस्तक पोहोचिवणारे दिलीपराज प्रकाशनाचे राजीव बर्वे यांचे आभार व्यक्त करतो.

प्रत्यक्ष, अप्रत्यक्षपणे सहकार्य करणाऱ्या आपण सर्वांचे, मला बळ देणाऱ्या वाचकांचे, मित्रांचे

पुनश्च आभार, धन्यवाद !

शेवटी एका शायरच्या ओळीत मी म्हणेन...

मै आईना हूँ मेरी अपनी जिम्मेदारी है,
जिसे कबूल न हो, वो सामनेसे हट जाएँ ।

खामगाव

२६ फेब्रुवारी २०१५

१. समाजातील मापदंड बदलले ?

भारतीय समाज हा प्राचीन संस्कृती असलेला समाज आहे. या समाजात अनेक प्राचीन मापदंड आहेत. वेळोवेळी ते कसोटीवर खरेही ठरतात. मात्र गेल्या २०-२५ वर्षांत आमूलाग्र बदल झाले असून जे चुकीचे, असत्य व पाप समजले जायचे ते आज बरोबर, सत्य आणि पुण्य समजण्यात येत आहे. हा सर्व काळाचा महिमा म्हटले तरी या बदललेल्या मापदंडाने खऱ्या अर्थाने सर्वांगीण विकास होत नाही आणि आत्मिक शांतीही लाभत नाही. उलट मानसिक त्रासात वाढ होते. मात्र सर्वच काही बदललं, नासलं, सर्वच बेईमान आहेत, बेशिस्त आहेत. मग मी एकटा तरी काय करू शकतो, असे सांगून आपणही असेच...

काही वर्षांपूर्वी दोन नंबरचा व्यवसाय करणाऱ्यांना सामाजिक प्रतिष्ठा नव्हती. त्यांच्याकडे मुली देत नसत, त्यांना सामाजिक स्थान नव्हते. आता मात्र तेथे मुलगी सुखी राहील, असे सांगून हमखास नातेसंबंध केले जातात. उलट त्यांचे असे दोन नंबरचे व्यवसाय आहेत, सर्वांचे हप्ते बांधलेले आहेत, मोठमोठ्या लोकांमध्ये उठणे-बसणे आहे, असे फुशारकीने सांगितले जाते व संबंध जोडण्याचा हा निर्णय योग्यच, असे समर्थनही केले जाते. ज्या व्यवसायाला कायद्याने मान्यता नाही ते करायचेच कशाला, हा साधा प्रश्नही मनात निर्माण होत नाही. आता एखाद्याने एखाद्याचे दुकान व घर खाली करण्याचे पैसे घेतले, तर त्याला अनैतिक न ठरविता, फारच कमी पैसे घेतले, थोडा अडला असता तर ज्यादा पैसे भेटले असते, असे त्याला सांगितले जाते. कोणी दिलेला शब्द पाळला नाही, वेळ पाळली नाही, तर

काही फारसे गैर मानले जात नाही, ही सवय राजकारण्यांनीच लावली, असे सांगून पाठबळ दिले जाते.

तरुणांनी वाहने ठेवणे, वाहनांवर मस्ती करणे, पार्ट्या करणे, दारू, सिगारेट पिणे, जुगार व इतर व्यसन करणे, लफडी करणे, मोबाईल व इंटरनेटचा गैरवापर करणे आदी बाबी लपूनछपून न करता आता 'कॉमन' होत आहेत. 'हे तर या वयात सर्वच करतात,' असे सांगून घरची मंडळी मोकळी होतात. जास्त बोलले तर आत्महत्या, पळून जाणे हे प्रकार घडतात म्हणून बोलूच नये, असे सांगणे, हे पण आता मापदंड बदलल्याचे सांगून जाते.

चित्रपटसृष्टीतही हे बदललेले मापदंड दिसून येतात. पूर्वी चित्रपटाच्या जाहिराती असायच्या, तर त्यावर भव्य धार्मिक चित्रपट, नंतर सामाजिक चित्रपट, पारिवारीक चित्रपट त्यानंतर मारधाडसे भरपूर फिल्म्स, नि आता सेक्ससे भरपूर फिल्म्स, अशी जाहिराती करून सांगितले जाते, हेही नवीन मापदंड झाले. पूर्वी येणाऱ्या चित्रपटांची नावे 'मैं तुलसी तेरे अँगन की', 'सदा सुहागन, 'मेरा पती मेरा परमेश्वर' (देवता) अशी असायची; आता मात्र 'मैं चूप नही रहूँगी, मैं बदला लूँगी', 'प्यासी औरत', 'डायन' आदी चित्रपटांची नावे दिसून येतात. पूर्वीच्या चित्रपटातील गाणे 'बाबूल की दुवाँए लेती जा, जहाँ तुझको सुखी संसार मिले.' असे असायचे; तर आता "पालखीमें होके सवार चली रेऽऽ, मैं तो अपने साजन के गाँव चली रेऽऽ" असे गाणे येत आहेत, हे पण सामाजिक बदलाचे मापदंड झालेत.

अंग प्रदर्शनाच्या बाबतीतही असेच झाले आहे, चित्तोडगड येथे अल्लाउद्दीन खिलजीने राणी पद्मनीला अर्थात सौंदर्याला पाहण्याची अट धरली, तेव्हा महाराणांनी म्हटल्यावरही अमोरा-समोर न येता राणी पद्मनीने आरशातून प्रतिबिंब म्हणून दिसण्याची अट मान्य केली होती, ही गोष्ट चित्तोडगडावरील गाईड सांगतात, तेव्हा आताच्या मुली 'काय होतं समोर आलं तर?' असे पुटपुटतात, (कदाचित राखी सावंत, सनी लेऑन वगैरे वगैरे आदर्श असतील त्यांचे) ही बाब ही मापदंड बदलल्याचे सांगून जाते.

स्वत:चे सौंदर्य, गळ्यातील हार पाहता यावे म्हणून ब्लाऊजचा समोरचा गळा मोठा ठेवला, हे कदाचित समजले जाऊ शकते, मात्र पाठ सताड उघडी ठेवण्याचे व पाठ दाखविण्याचे कारण काय, असा प्रश्नही चांगल्या घराच्या महिलांना आजकाल पडत नाही, उलट सौंदर्य हे दाखविण्यासाठीच असते, असेही मानतात, हे पण मापदंड बदलल्याचे सांगून जाते.

समाजात त्याग, सेवा व समर्पण या प्रमुख तीन नीतिमूल्यांचा ऱ्हास होत

असताना, तसेच अनेक गोष्टी चुकीच्या होत असताना आपण चूप बसतो. आपल्याला काय त्याचे, असे बोलून वेगळे होतो. म्हणजेच चुकीच्या गोष्टीला चूक म्हणायचेच नाही. मुळात ही प्रवृत्तीच फार चुकीची आहे.

देशोन्नतीचे मुख्य संपादक प्रकाशभाऊ पोहरे म्हणतात,

'दूर उडाली कबुतरे नभातून,
गिधाडांचेच राज्य माजले आहे,
सर्वत्र गाजवतो सत्ता दुर्जन,
कारण विखुरलेले सज्जन भयग्रस्त आहेत'

आपल्यावर कोणी नाराज होईल किंवा आपल्याला काय करावे लागते, असे सांगून सज्जन लोक दुर्लक्ष करीत गेल्यानेच हे सर्व मापदंड बदलले आहेत.

वास्तविक सर्वत्र पाहण्याचा, विचार करण्याचा, राहण्याचा, सोबतच खाण्याचाही दृष्टिकोन बदलला आहे किंवा बदलत आहे, हा दृष्टिकोन सकारात्मक ठेवणे, पण एक आव्हान आहे.

शेवटी एक चारोळी आठवते...

'नेत्र बिघडले तर
शस्त्रक्रियेची सोय आहे
नजरच बिघडली तर
मात्र निरुपाय आहे...'

ooo

२. समाजातील आदर्श संपलेले नाहीत.

भारतात थोर व्यक्तिमत्त्व, थोर महापुरुष राहिले नाहीत, कुणाचा आदर्श घ्यावा असे कोणी नाही, सर्वच भ्रष्ट आहेत असे सरसकट बोलले जाते. मात्र अशी स्थिती नसून आदर्श घ्यावेत असे एक व्यक्तिमत्त्व पुरे असताना भारतात तसेच आपल्या परिसरातही अशा अनेक व्यक्ती आहेत. त्यांचे आचार, विचार आणि चिंतन हजारो लोकांना प्रेरणादायी ठरत आहेत. समाजात आदर्श घ्यावे असे कुणीच नाही, असे म्हणणाऱ्यांना आपली दृष्टी बदलण्याची गरज आहे.

स्वातंत्र्यपूर्व आणि स्वातंत्र्योत्तर काळात देशात आदर्श घेण्यासाठी अनेकांची नावे घेतली गेलीत, अभ्यासक्रमातही त्यांच्या व्यक्तिमत्त्वाचे, आदर्शाचे पाठ घालण्यात आले. प्रामुख्याने महात्मा गांधी, लोकमान्य टिळक, स्वामी विवेकानंद, वीर सावरकर, भगतसिंग, राजगुरू, आगरकर, ज्योतिबा फुले, डॉ. आंबेडकर, लालबहादूर शास्त्री, सरदार वल्लभभाई पटेल, पंडित नेहरू, इंदिरा गांधी आदींसह इतरांचीही नावे घेतली जायची, तर ही सर्व नावे इतिहासजमा झालीत. आता पुढे काय, असा प्रश्न नेहमी चर्चेत राहिला आहे. वास्तविक आपल्याकडे कुणी मरण पावले की, त्याच्याविषयी चांगले बोलले जाते, त्याच्या कार्याची दखल, कौतुक आणि गोडवे गायिले जाण्याची पद्धत रूढ झाली आहे, ती व्यक्ती मरण पावल्यानंतरच किती महान होती, हे सांगितले जाते, तर जी व्यक्ती महान होती, त्या व्यक्तीबद्दल आता ५० वर्षांनंतर ती व्यक्ती चारित्र्यहीन होती, हे सिद्ध करण्याची स्पर्धा लागली आहे. त्या व्यक्तीचे महिलांसोबत संबंध, महिलेची

सिगारेट पेटवून देण्याचे छायाचित्र नि इतरही बातम्या व फोटो छापले जात आहे.

राष्ट्रपिता महात्मा गांधी, पंडित नेहरू आणि अनेकांबद्दल चारित्र्यहनन करणारे कार्य आधुनिक फेसबुक, व्हॉट्सअप या तंत्रज्ञानाच्या माध्यमाने संगणक ते मोबाईलपर्यंत पसरवले जात आहे. सद्य:स्थितीत भारतात सर्वच बड्या व्यक्ती जणू काही भ्रष्ट, चारित्र्यहीन, घोटाळे करणारे, व्यसनाधीन, पाप करून श्रीमंत झालेले, गुन्हेगार, स्त्रीलंपट व माफीया आदी आहेत, असे बोलून किंवा माध्यमांद्वारे दाखवून समाजात काय 'मेसेज' (संदेश) द्यावयाचा आहे, हेच कळू नये अशी स्थिती झाली आहे. नव्या पिढी समोर आपण काय आदर्श ठेवत आहोत, याचाही विचार होत नाही. अनेक बड्या लोकांच्या काही छोट्या उणिवा सोडल्या, तर त्यांचे कार्य, त्यांचे बोलणे, त्यांचे वागणे, त्यांच्या अनुभवांतून बरेच काही सर्वांनी शिकण्यासारखे आहे, हे कुणी व का सांगू नये.

प्रामाणिकपणे आपले कार्य सांभाळून सेवाकार्य करणारे अनेक बडे, नामवंत व्यक्ती आहेत. काहींची नावे तर सर्व परिचित अशी आहेत, यामध्ये डॉ. ए. पी. जे. अब्दुल कलाम, अण्णा हजारे, रामदेव बाबा, श्री. श्री. रविशंकरजी, विदर्भातून नाव घेतले, तर ग. म. संस्थान अध्यक्ष शिवशंकरभाऊ पाटील, अनाथांचे नाथ शंकरबाबा पापळकर, हनुमान व्यायाम प्रसारक मंडळाचे प्रभाकरराव वैद्य, प्रबोधन करणारे सत्यपाल महाराज, शेतकरी नेते व देशोन्नतीचे मुख्य संपादक प्रकाशभाऊ पोहरे, सहकार महर्षी बुलढाणा अर्बनचे भाईजी राधेश्यामजी चांडक यांचे विचार व कार्य प्रेरणादायी असेच आहे; तसेच राजकारण वगळता नेत्रदान, रक्तदान, वृक्षारोपण, गोपालन, शाकाहार, योग साधना, अन्नछत्रालय चालविणारे, सहकार, क्रीडा, साहित्य आदी सामाजिक क्षेत्रांतही उत्कृष्ट काम करून व्रतस्थ जीवन जगणारे खूप लोक आहेत. या लोकांचा समाजाला किती छान उपयोग होत आहे, यापेक्षा अशी व्यक्ती संस्थेचा कसा उपभोग घेत आहेत याकडे अधिक लक्ष केंद्रित केले जाते.

अनेकांचे घोषवाक्य, ब्रीदवाक्य प्रेरणा देतात. उपरोक्त नावांपैकी माजी राष्ट्रपती डॉ. कलाम यांचे...

'सपने वही नही होते
जो रात मे सोते वक्त आते है,
सपने वही होते है
जो रात मे सोने नही देते'

हे वाक्य तरुण वर्गात चैतन्य निर्माण करणारे आहे.

दुसरीकडे समाजात संत गाडगेबाबांचे आदर्श घेऊन अंधश्रद्धा निर्मूलन व

इतर चांगले सामाजिक कार्य करणाऱ्या अनेक चांगल्या लोकांचे शत्रू वाढले आहेत. समाज सुधारेल, अधिक प्रगत होईल, असे कार्य करणाऱ्यांना नाहक विरोध करणे, स्वार्थासाठी त्यांना जीवे मारणे, मारहाण करणे व बदनाम करण्याचा प्रयत्न करणे हे प्रकार पण वाढले आहेत. अशा चांगल्या लोकांबाबत एक शायर म्हणतो,

'ये भी मुमकीन है,
आँखों में खटकता होगा
उसके दुश्मन है बहोत,
आदमी जरूर अच्छा होगा'

एकंदरीत समाजात आदर्श संपलेले नाहीत, काळ बदलला मात्र आदर्श कायम आहेत. फक्त दृष्टीचा फरक आहे. आपण रोज एका चांगल्या व्यक्तीबद्दल दुसऱ्याला सांगावे, एवढे जरी केले तर चांगल्या व्यक्तीच्या आचार, विचार व कार्याचा प्रचार व प्रसार तर होईलच आणि आपणासही चांगले पाहण्याची सवय लागेल. एक साधा सिद्धांत आहे.

कुणाचे चांगले गुण पाहण्यासाठी आपल्यातसुद्धा काही चांगले असावे लागते, तसेच जी व्यक्ती स्वत: वर प्रेम करीत नाही, स्वत:ला छान, निर्व्यसनी ठेवू शकत नाही ती दुसऱ्यावर तरी काय प्रेम करणार? प्रत्येक व्यक्तीत गुण-दोष असतात, परंतु दोष सोडून त्याच्या गुणांवर चर्चा होऊ शकत नाही का आणि गुणांवर चर्चा केली, तर समाजात सदगुण वाढतील.

आचार्य विनोबा भावे म्हणतात, "दुसऱ्यांचे दोष शोधणे हा घाण बघून त्यावर बसणाऱ्या माशीचा स्वभाव असतो, मधमाशी मात्र सुगंधी पुष्प आणि पराग शोधून त्यावरच बसते. जगात १०० टक्के निर्दोष माणूस कोणीही नसतो. मधमाशी सारखे लोकांतील चांगले ते बघायला शिका. घाणीवरची माशी बनून लोकांचे दोष शोधत बसू नका." एवढे मात्र खरे!

शेवटी संताच्या वाणीनुसार...

'बुरा जो देखन मै चला, बुरा न मिलिया कोय ।
जो दिल खोजा आपना मुझसा बुरा न कोय ।।'

OOO

३. राजकीय, शैक्षणिक, मनोरंजनसह सर्वच क्षेत्रांत बुवाबाजी...

'हर सपना इन्सान का पुरा नही होता,
कोई किसी के बिना अधुरा नही होता ।
जो चाँद रोशन करता है तमाम रातों को,
वो भी हर रात को पुरा नही होता ।'

समाजाच्या सर्वांगीण विकासासाठी कार्यरत असलेल्या राजकीय, धार्मिक, शैक्षणिक, कृषी, पत्रकारिता, मनोरंजन व सामाजिक क्षेत्रांत 'बुवाबाजी' मोठ्या प्रमाणात वाढली आहे, तेव्हा बुवाबाजीकडे डोळसपणे बघण्याची गरज आहे.

बुवाबाजी म्हटले की, आध्यात्मिक क्षेत्रातील बदनाम 'बुवा' व त्यांचे उपद्व्याप म्हणजे 'बुवाबाजी' एवढेच प्रामुख्याने समजले जाते. वास्तविक बुवाबाजी म्हणजे, जे लोक नित्य जीवनातील समस्या, अडचणींनी गांजलेले असतात आणि त्यावर कोणतेही व्यवहारी उपाय सापडत नसतात, अशांना जे जमूच शकत नाही ते करून देण्याची हमी देणे, फक्त आभास निर्माण करून फसविणे, म्हणजेच बुवाबाजी होय. तर अशी बुवाबाजी समाजातील सर्वच क्षेत्रांत बोकाळली आहे.

आध्यात्मिक क्षेत्रात चमत्काराच्या नावावर केली जाणारी बुवाबाजी वेळोवेळी उघड झाली आहे. परिणामी, त्या 'बुवा' लोकांना चांगलेच धडे शिकवले गेले आहे. कथित चमत्कार करणारे अनेक संत, स्वामी, महात्मे कायद्यानुसार अडकले आणि संपल्यात जमा झाल्याची उदाहरणे आहेत. सत्यसाईबाबा, आसारामबापू, नित्यानंद स्वामी, निर्मलबाबा, इत्यादी नावांवर

मोठा ठपका ठेवण्यात आला आहे. मात्र जनता बुवाबाजीला आजही बळी पडत आहे.

राजकीय क्षेत्रातही मोठी बुवाबाजी आहे. येथेही अनेक सर्वसामान्य, प्रामाणिक कार्यकर्ते लुबाडले जातात. त्यांना सत्तेची, पदांची, अधिकारांची स्वप्ने दाखविली जातात. प्रत्यक्षात बड्या नेत्यांनाच व त्यांच्या वशंजांनाच सत्ता उपभोगायची असते. पैसा, प्रतिष्ठा व व्यवसायाने लुबाडले जाणारे कार्यकर्ते कोमात जातात किंवा कालांतराने राजकारणातून बाहेर पडतात. कोणत्या नेत्यासाठी आपण काय केले याची लांबलचक यादी यांच्याकडे असली तरी...

'तेल गेले, तूप गेले अन् हाती धुपाटणे आले' अशी कार्यकर्त्यांची गत असते. नेत्यांच्या 'बुवाबाजी' मध्ये खोटे बोलणे, खोटी आश्वासने देणे, जनसेवा करतो हे दाखविणे, किती कार्यकर्त्यांना मोठे केले याच्या गप्पा मारणे, वेळप्रसंगी दुसऱ्या पक्षाच्या बड्या नेत्यांशी, विरोधकांशी जुळवून घेणे, तर राजकारणाचा धंदा करणे, अशी 'बुवाबाजी' दिसून येते.

शैक्षणिक क्षेत्रात प्रामुख्याने विद्यार्थ्यांना लुबाडण्याची बुवाबाजी दिसून येते. जास्त रक्कम घेऊन प्रवेश देणे, प्रवेशासाठी लग्गा लावून देणे, विद्यार्थ्याला मुळातच कमी टक्केवारी मिळाली असताना उच्च शिक्षणाची व्यवस्था करून देणे, तर अनेक महाविद्यालयांत पुरेशी व्यवस्था नसणे, वर्गात शिकविण्याचे सोंग करणे, कोचिंग क्लासेसला मदत करणे, ट्युशन्स वाढविणे, महागडे खर्च करून डॉक्टर होणारा विद्यार्थी नापासच होणार नाही, अशी व्यवस्था करून देणे, आदी सर्व प्रकार शैक्षणिक क्षेत्रातील बुवाबाजी आहे. या क्षेत्रात शासनाचीही बुवाबाजी असून शैक्षणिक ध्येय, धोरणांची नीट अंमलबजावणी करून न घेणे, शाळेतील तुकडी आधारित शिक्षकसंख्या आणि विद्यार्थ्यांची संख्या यामध्ये विषमता ठेवणे, 'शिस्त लावा अन् शिक्षा करू नका' असे सांगणे, ही शासनाची बुवाबाजी ठरते.

मनोरंजनाचे क्षेत्र सध्या फारच विकसित झाले, शहरातील चित्रपटगृहे बंद पडत असून त्यातील गर्दी केव्हाची कमी झाली आहे. मात्र चित्रपटातून कोटी रुपये कमाविले जात आहे. 'हिरो' हे प्रत्यक्षात 'हिरो' (आदर्श व्यक्ती) नसतानाही फार मोठे हिरो समजले जात आहेत, ही मायानगरी अनेकांना भुरळ पाडणारी; तसेच संस्कार, संस्कृतीवर घाला घालणारी, स्वप्ने विकणारी, अशी आहे. टीव्ही सीरियलच्या माध्यमाने शंका, संशय, भय, रहस्य आदी विकणारी, खोटे वैभव, संपत्ती दाखविणारी ही मायानगरी अनेकांना फसवत आहे, ही पण बुवाबाजीच आहे.

कृषी क्षेत्रात शेतकऱ्यांना अज्ञानी, अडाणी व आळशी समजून सल्ला देणे, स्वत: मात्र तशी शेती न करता इतरांना 'शेती करा व श्रीमंत व्हा' असे सांगणे, ही

पण फसवणूकच असून कृषी क्षेत्रातील बुवाबाजी आहे.

वैद्यकीय क्षेत्रात गर्भलिंग तपासणी व स्त्रीभ्रूणहत्याचे काम करणे, आक्षेप आल्यास वैद्यकीय प्रमाणपत्र दाखविणे, दुसरीकडे सेवाभावाचा मुखवटा चढवून रुग्णांच्या नातेवाइकांना लुटणे, ही सर्व बुवाबाजी आहे.

पत्रकारिता क्षेत्रात स्वस्त किमतीत वृत्तपत्र देणे, त्याच्या भरपाईसाठी जाहिरातदारांच्या आहारी जाऊन वाचकांना सत्य बातम्या न देणे, वृत्तपत्र जाहिरातीसाठी तडजोड करणे, वरून समाज उद्धाराच्या गोष्टी सांगणे, ही सर्व बुवाबाजी आहे.

सामाजिक क्षेत्रातील काही संस्था आपला जास्त खर्च सेवा प्रकल्पापेक्षा पदग्रहण समारंभ व जेवणावळीवर करतात, छोट्या कामाची मोठी प्रसिद्धी करवून घेतात, उदोउदो करून घेतात, तसेच मोठे सेवाकार्य केल्याचे दर्शवून लोकांची दिशाभूल करतात. ही पण बुवाबाजीच आहे.

एकंदरीत बुवाबाबांची संख्या वाढली आहे. सर्वच क्षेत्रात 'बुवा' आहेत, भोपनजी आहेत, त्यांचा भंपकपणा आहे, हे मान्य करावेच लागेल.

आपण बुवाबाजीवर विसंबलो की बुडालो हे सूत्र लक्षात घेण्यासारखे आहे. कोणीतरी दुसरी व्यक्ती येऊन आपले भले करेल, यापेक्षा आपणच आपले भले करू शकतो, हा आत्मविश्वास सर्व क्षेत्रांतील बुवाबाजीपासून आपणास दूर ठेवेल, एवढे मात्र खरे!

अडचणी सर्वांनाच असतात, बुवाबाजीला बळी न पडता त्यातून आपणच मार्ग काढायला हवा, या आशयाचा एक शेर आठवतो...

अपने हौसले को ये मत बताओ की,
तुम्हारी परेशानी कितनी बडी है ।
अपनी परेशानी को ये बताओ की,
तुम्हारा हौसला कितना बडा है ।

○○○

४. भ्रष्टाचार शिकविला जात नाही तरीही...

या तो हालात को दे,
इट का पत्थर से जबाब,
वर्णा हालात मे ढल,
खुद को बनाले पत्थर ।
तुझमे हिम्मत हो अगर,
बढ कर उठाले पत्थर,
वर्ना आह न कर,
चुपके से खा ले पत्थर ।

संपूर्ण जगात भ्रष्टाचार ही समस्या गंभीर झाली आहे. त्यात देशांचे अनुक्रम लावले असता भारताचा नंबर बराच वर आहे. नुकत्याच झालेल्या दिल्लीच्या निवडणुकांमध्ये भ्रष्टाचार हा एक गंभीर मुद्दा ठरला. सरकार विरोधी जनतेचा संताप मतदानातून दिसून आला. भ्रष्टाचाराचा हा कॅन्सर सर्वांनाच त्रस्त करणारा आहे. जे लोक भ्रष्टाचार करतात त्यांना हा भ्रष्टाचार स्वत:साठी कमी आणि दुसऱ्यांसाठीच जास्त करावा लागतो. अपूर्ण पगार, वाढती महागाईमुळे भ्रष्टाचार करावा लागतो, असे ते सांगत असतात. लहान शासकीय कर्मचारी बड्या अधिकाऱ्यांसाठी, साधा पोलीस कर्मचारी बड्या ऑफिसरसाठी भ्रष्टाचार करतो. काही ठिकाणी वरिष्ठांसाठी थेट भ्रष्टाचार होत नसल्यास बड्या अधिकाऱ्यांच्या सुविधा, आमदार, खासदार व मंत्र्यांच्या विविध कार्यक्रमांची व्यवस्था इत्यादींसाठी खर्च म्हणून भ्रष्टाचार केला जातो.

भ्रष्टाचार, गैरप्रकार, अपहार, गुन्हेगारी, फसवेगिरी, अशोभनीय वर्तन, शिव्याशाप आदी सर्व प्रकार शिकविणाऱ्या शाळा, महाविद्यालये मुळातच अस्तित्वात नाही, तरीही लोक, कर्मचारी भ्रष्टाचार शिकतात कसे, कोठून शिकतात आणि या गैरप्रकारात तरबेज कसे होतात, आदी प्रश्नांची उत्तरे जाहीरपणे चर्चिली जावीत, अशी स्थिती आहे. माणूस जन्माला आल्यानंतर त्याच्याबरोबर काम, क्रोध, लोभ, मोह, मद व मत्सर हे षड्विकार आपोआप येतात आणि जसे वातावरण मिळते तसे ते विकार वाढतात. या विकारांवर अध्यात्माने नियंत्रण मिळविता येते, ज्यांना अध्यात्माने शक्य नाही त्यांनी सुशिक्षित होऊन, सुसंस्कारित होऊन या विकारांवर नियंत्रण मिळविणे अपेक्षित आहे, मात्र 'जेवढा शिकला, तेवढा वाया गेला'. यामुळे हे विकार वाढतच असल्याचे चित्र आहे; कारण शिक्षणाने माणूस सुशिक्षित होतो, सुसंस्कारित नाही, असे दिसून येते.

लहानपणापासून, घरातून, शाळेतून व समाजातून सुसंस्कार केले जातात. माझा मुलगा मोठा माणूस व्हावा, अशी अपेक्षा प्रत्येकाची असली तरी त्याने भ्रष्टाचारी, गैरप्रकारी व्हावे, असे पालकांना वाटत नाही आणि तसे गैरप्रकार शिकविणारी शिक्षणव्यवस्था उपलब्ध नाही. तरीही अगदी सफाईने, कुशल पद्धतीने, कोणताही जातिभेद, धर्मभेद न पाळता संगनमत करून, संघटित होऊन, अवैध असलेला भ्रष्टाचाराचा हा नवीन अवैध धर्म कसा पाळला जात आहे, ही चिंतेची बाब आहे.

आपली समाजव्यवस्था, निवडणूक पद्धती, प्रशासकीय व शासकीय व्यवस्था, वाम मार्गाने पैसा कमविण्याची खोटी लालसा, दुसऱ्याची अडवणूक, नाडवणूक व पिळवणूक करण्यात होणारा अघोरी आनंद, आपली लोभी अपप्रवृत्ती इत्यादी अनेक बाबी एखाद्या प्रामाणिक माणसाला भ्रष्टाचारी बनविण्यास पुरेशा ठरत आहेत, असेच म्हणावे काय? भ्रष्टाचार ही पैसे देणाऱ्याची व घेणाऱ्याची मानसिकता झाली आहे, या भ्रष्ट मानसिकतेला जबाबदार कोण? बेईमान, भ्रष्टाचारी झाल्याशिवाय श्रीमंत होताच येत नाही, श्रीमंती अवैध मार्गाने मिळविली तरी प्रतिष्ठित होता येते, समाजात सन्मान होतोच, हा गैरसमज या मानसिकतेला जबबादार आहे का, हे तपासण्याची वेळ आली आहे.

भारतात कायद्यानुसार योग्य काम करून घेण्यासाठीही भ्रष्टाचार करावा लागतो. म्हणून भ्रष्टाचाराला खतपाणी घालणारे किंवा भ्रष्ट व्यवस्थेला बळी पडणारे सुमारे ७० टक्के लोक आहेत; तर भ्रष्टाचार करण्याची संधी मिळाली नाही म्हणून भ्रष्टाचार केला नाही, असेही अनेक लोक आहेत. या दोन्ही प्रवृत्तींची मानसिकता भ्रष्टाचाराने काम करण्याची आहे, तर भ्रष्टाचारामुळे कामे लवकर होतात, नाही तर

किती त्रास झाला असता? त्रास टाळण्यासाठी भ्रष्टाचार केला, तर सद्य:स्थितीत भ्रष्टाचार न करणारा मूर्खच, असे म्हणणारे बहुतांश लोक आहेत. भ्रष्टाचार मग त्याचे स्वरूप पैसा खाऊ घालणे, नाहक महागडी भेट वस्तू देणे, अधिकाऱ्यांची व नेत्यांची नाहक ती कामे करणे व करवून देणे, इत्यादी काहीही असो, परंतु असे केल्याशिवाय काम होतच नाही, असा समज सर्वांचाच झाला आहे, तर हा समजच सर्वांना अधिक गैरप्रकार शिकवीत आहे, भ्रष्टाचारी जमात निर्माण करीत आहे आणि वाढवत आहे, हीच ती सामाजिक शाळा आहे, जे गैरप्रकार शिकवित आहे. भ्रष्टाचाराची मानसिकताच 'शिक्षक' ठरते आहे.

एकाने म्हटले आहे, 'जैसा चित्र वैसा चरित्र' याप्रमाणे, जेव्हा आम्ही भ्रष्टाचार बघतो, त्याचा प्रभाव आमच्या मनावर पडतो, त्यापासून तसेच विचार उत्पन्न होतात, हे विचार कर्म करताना उतरतात, कारण चित्र, दृश्याचा प्रभाव मनोवृत्ती तयार करते, आम्ही सांगू शकतो की, 'दृष्टी, वृत्ती आणि कृती' हे एकमेकांशी संबंधित आहेत, जसे चित्र तसे विचार, तशी मनोवृत्ती, तसे चरित्र, अर्थात भ्रष्टाचार पाहून भ्रष्टाचार वाढतो आहे आणि यामुळे आपले चरित्रसुद्धा भ्रष्ट होत आहे.

इच्छेविरुद्ध कोणी काहीही स्वीकारीत नाही, पर्याय नाही म्हणून एखाद्या वेळेस भ्रष्टाचाराला बळी पडला, हे होऊ शकेल, मात्र स्वत: भ्रष्टाचारी होण्यास स्वत:चीच इच्छा कारणीभूत ठरते, तशी परिस्थिती होती म्हणून भ्रष्टाचारी झालो, हे म्हणणे चुकीचेच असते. गैरप्रकार करणारे भ्रष्टाचारी मानसिकतेचे तरुण घडविण्यास आपणच येथे शिक्षक, शिक्षणसंस्था, समाजसंस्था म्हणून कार्य करीत आहोत, आपण 'जे पेरणार तेच उगवणार' आहे. समाजात दुसरे बदलले पाहिजे, दुसरे प्रामाणिक झाले पाहिजे, अशी अपेक्षा ठेवण्याआधी आपणच प्रामाणिक झालो पाहिजे. आपण भ्रष्टाचार करणार नाही अशी प्रतिज्ञा करावी लागेल आणि तसे वागावे लागेल. असे करताना थोडा त्रास होईल, मात्र सर्वच दगड कळसावर कसे जाणार? आपण पायातील दगड किंवा पायरीचा दगड होऊ या, असा विचार आपणास करावा लागेल. हाच विचार मानसिकता बदलणारा ठरेल, एवढे मात्र खरे. शेवटी भ्रष्टाचाराला आपणही दोषी आहोतच.

शेवटी संत कबिराचा एक दोहा आठवतो...

'बुरा देखन मै चला, बुरा ना मिलीया कोय ।
जो मन खोजा अपना, मुझसे बुरा न कोय ।'

ooo

५. आंदोलने कुणाच्या विरोधात आणि त्रास कुणाला?

'मुझे मालूम है कि ये ख्वाब झुठे है ।
और ख्वाहिशे अधुरी है ।।
मगर जिंदा रहने के लिए कुछ
गलतफहमियाँ जरुरी है ।'

समाजात सर्वत्र आंदोलन करण्याचे प्रमाण मोठ्या प्रमाणात वाढले आहे; तसेच आंदोलन करण्याचे प्रकारही वाढले आहेत, नवीन नवीन आंदोलने होत असताना, आंदोलन कुणाच्या विरोधात आणि कोणासाठी, कोण, कसे करते, तर या आंदोलनाचा त्रास कुणाला होतो इत्यादी प्रश्नांची उत्तरे मनोरंजक अशीच आहेत.

सरासरी पाहिले तर आंदोलन म्हणजे संघटित सत्ता तंत्राच्या व्यवस्थेद्वारा होणाऱ्या शोषण आणि अन्यायाच्या निषेधार्थ उत्पन्न झालेले संघटित, सुनियोजित व स्वयंस्फूर्त सामूहिक संघर्ष होय. आंदोलनाने व्यवस्थेत सुधार व परिवर्तन आणणे, हा उद्देश असतो. मात्र आताची आंदोलने या मूळ हेतूला बाजूला ठेवून होत आहेत, असे दिसून येते.

पूर्वीच्या काळात आंदोलने म्हणजे स्वत: उपवास, उपोषण करणे, स्वत:ला त्रास देणे व इतरही मार्गांने म्हणजे अहिंसक पद्धतीने होत असत. आता मात्र त्वरित परिणाम व्हावा यासाठीची आंदोलने हे तोडफोड, जाळपोळ करणारे असते, यामध्ये शासकीय मालमत्तेची नासधूस, हानी केली जाते, हे विशेष. मागे तर राष्ट्रवादीचे सर्वेसर्वा मा. शरद पवार यांची सुकन्या व खासदार सुप्रियाताई यांनी, तर गोरगरिबांची एस. टी. बस

जाळण्यापेक्षा मंत्र्यांच्या गाड्या जाळा, असा सल्ला दिला.

आंदोलने प्रामुख्याने शासनाच्या विरोधात असतात, त्याचा त्रास मात्र जनतेलाच होतो. रास्ता रोको, बस बंद, ट्रेन बंद, चक्का जाम, महाराष्ट्र बंद, भारत बंद इत्यादी आंदोलनाने जनतेला त्रास सहन करावा लागतो. हिंसाचार झाल्यास पोलीस केसेस हजारो लोकांविरुद्ध होतात, कोर्टात पेंडिग केसेस वाढतात. या केसेसमुळे इतर केसेसचे निकाल लांबणीवर जातात म्हणजे शेवटी त्रास जनतेलाच होतो. कित्येक वर्षांनंतर अशा केसेस शासन परत घेते म्हणजे सर्वांचाच नाहक वेळ, पैसा, श्रम गेलेत, असे या लोकशाही व्यवस्थेत चालत राहाते.

नुकताच टोल टॅक्स विरोधात आंदोलन झाले, ज्या चार चाकी वाहनांना टोल टॅक्स द्यावा लागतो, ते नगण्य प्रमाणात सहभागी झाले होते, दुचाकी किंवा टोल टॅक्सशी संबंध नाही असे शेकडो तरुण यामध्ये सहभागी झाले. टोल नाका जाळपोळ, फोडतोडच्या केसेस त्यांच्यावर भरल्या गेल्यात, याला काय म्हणावे?

मध्यंतरी आंदोलनात नुकसान झाल्यास आयोजकांकडून नुकसानभरपाईचे आदेश न्यायालयातून झाले, मात्र त्याचाही फारसा परिणाम आयोजकांवर झाल्याचे जाणवत नाही. जाळपोळ, माजवण, तोडफोड केल्याशिवाय शासन दखलच घेत नाही, असा समज आंदोलनकर्त्यांमध्ये रूढ होत आहे. दुसरीकडे शासकीय मालमत्तेचे नुकसान हे जनतेचेच नुकसान असल्याने फारसे चिंतेचे कारण सत्ताधीश समजत नाही. त्यामुळे हे प्रकार वाढले आहेत.

विशेष म्हणजे निवडणुकीचे वर्ष असले की, धरणे आंदोलन, साखळी उपोषण, बेमुदत उपोषण, मोर्चा, रॅली, शोले स्टाईल आंदोलन व इतरही चित्र-विचित्र आंदोलने वाढतात. संघटनेतील मरगळ झटकण्यासाठी आंदोलनाचा वापर होतो. आक्रमक पद्धतीने आंदोलने करणाऱ्यांची मीडिया मोठी दखल घेतो, 'जो नेता आक्रमक तो जास्त चर्चेत' असे समीकरण झाले आहे, तर अनेक वेळा 'तू मारल्यासारखे कर, मी रडल्यासारखे करतो' असे 'मॅनेज आंदोलन' ही होतात. त्यामध्ये तात्पुरती अटक व सुटका हे ठरलेले असते. त्याची प्रसिद्धीही मॅनेज केली जाते.

वैयक्तिक व छोट्या छोट्या काही कारणांसाठी काही लोक धरणे, उपोषण करतात. त्यावेळी दोन गट तयार होतात. एक म्हणजे दखल घेऊच नका, घडू द्या अद्दल, मरत तर नाहीच, पाहू काय होते ते? असे म्हणणारा, तर दुसरा गट न्याय मिळावा या बाजूचा किंवा फक्त आश्वासन देऊन उपोषण तर सोडवा, असे म्हणणारा असतो. एकंदरीत पुन्हा त्रास जनतेलाच.

शेवटी आंदोलन कोणतेही असो, त्याचा त्रास जनतेला होणार नाही, असे काही करता येईल काय? याचा विचार होणे गरजेचे आहे.

शेवटी फक्त आंदोलनाने किंवा आक्रमकतेने मोठे झालेल्या नेत्यांवर लागू होईल, असा एक शेर आठवतो...

'आज वो काबिल हुए,
जो कभी काबिल न थे ।
मंजिले उनको मिली,
जो दौड में शामिल न थे ।'

○○○

६. निवडणूक सोपी नाहीच !

'ये सियासत कौनसी है,
रहनुमा ए कारवाँ ।
खुद ही लुटे काफिले,
और खुद ही शिकवे करे ।

भारतात लोकसभेसाठी निवडणुका होऊ घातल्या आहेत. २०१४ मध्ये होणारी लोकसभेसाठीची ही निवडणूक सर्वाधिक खर्चाची ठरणार आहे. या निवडणुकीत विविध राजकीय पक्ष व त्यांच्या उमेदवारांकडून ३० ते ३३ हजार कोटी रुपये खर्च होईल, असा सर्व्हे रिपोर्ट आहे. यामध्ये सुमारे ८ हजार कोटी रुपये निवडणूक घेण्याच्या प्रक्रियेत खर्च होतील. यापैकी निवडणूक आयोगाचे साडेतीन ते ४ हजार कोटी आणि गृहमंत्रालय व इतर मंत्रालयाचे मिळून एवढेच कोटी खर्च होणार आहेत.

निवडणूक आयोगाच्या निर्देशानुसार खर्चाच्या बाबतीत कागदोपत्री सर्व बंधने पाळली जात असली, तरी प्रत्यक्ष मात्र निवडणूक प्रचंड खर्चीक झालेली आहे. साध्या माणसाचे किंवा गरीब माणसाचे हे कामच नाही, असाच समज दृढ झाला आहे. निवडणूक काळात एकूणच जे चित्र दिसते मुळाच तेच विचित्र आहे.

मागे निवडणुकीत ४० लाख रुपये खर्च मर्यादा असताना आपणास ८ कोटी रुपये निवडणूक खर्च आल्याचे भाजपाच्या एका बड्या नेत्याने म्हटले होते, याची पण आठवण यावेळी होते.

सर्वप्रथम उमेदवारी मिळवण्यासाठीची धावपळ, तद्नंतर खर्चासाठीची

जुळवाजुळव, निवडणूक म्हणजे चांदीच चांदी समजणारे कार्यकर्ते, विविध जाती-पातीच्या संघटना, कथित सामाजिक कार्यकर्ते, वाहनधारक व मीडियावाले या सर्वांवरील लाखोंचा खर्च पाहता, अनेकांच्या तोंडातून आपसूकच शब्द बाहेर पडतात, निवडणूक सोपी नाहीच!

उमेदवाराला निवडणुकीचा हा प्रचंड खर्च करावाच लागतो. मग हा खर्च ५ वर्षात वसूल करावयाचा असतो, कोणीही नाहक घरातून लावणार नाही, तसेच बहुतांश उमेदवारांचे प्रामुख्याने राजकारणाशिवाय दुसरा मुख्य धंदा नाही, असे असताना पुन: पुन्हा खासदार व आमदार होणाऱ्यांची, निवडणूक आयोगाला जोडलेली संपत्ती विवरण पाहिले, तर गेल्या निवडणुकीपेक्षा यावेळी डबल-ट्रिपल किंवा यापेक्षाही अधिक संपत्ती त्यांच्याकडे असल्याचे दिसून येते. थोडक्यात राजकारण म्हणजे 'जमके लगाओ-जमके बनाओ' असा धंदा झाला आहे, असे म्हणतात, तर नेत्यांचे वसूल करण्याचे मार्ग व पद्धती वेगवेगळ्या असतात, एवढाच काय तो फरक दिसून येतो. कविवर्य विठ्ठल वाघ एका कवितेत म्हणतात...

'आम्ही मेंढरं मेंढरं
यावं त्यानं हाकलावं
पाच वर्षाच्या बोलीनं
होतो आपला लिलाव'

राजकारणी हे भ्रष्ट असतात, अधिकारी व ठेकेदारांकडून वसुली करतात, या बदल्यात अधिकाऱ्यांवर वरदहस्त ठेवतात, ठेकेदारांच्या निकृष्ट कामाकडे दुर्लक्ष करतात, नाहक काही प्रश्न मांडून मोठ्या उद्योजकांना, कंपनींना अडचणीत आणून त्यातून हिताचा मार्ग काढतात; तसेच आमदार व खासदार निधीचा वापर मनाप्रमाणे करतात, असा समज समाजात अलिखितपणे पसरला आहे. त्यात बडे नेते, मंत्री यांचे घोटाळे यामुळे राजकीय कथित 'आदर्श' नेत्यांची प्रतिष्ठा खालावली आहे, नेत्यांनी खाल्ले आहे, त्यांनी प्रचंड खर्च केलाच पाहिजे, असे सर्वांना वाटते. परिणामी निवडणूक अधिकाधिक महाग होत आहे.

निवडणूक आली म्हटले की, कार्यकर्ते टपून असतात, जुने नसलेले हिशोब करतात, वाहन, झेंडे, बोर्ड आणि ओल्या पार्ट्यांचा खर्च वाढतच असतो. मोठ्या नेत्यांच्या सभेत गर्दीसाठी आणावयाचे लोक हा प्रमुख खर्चाचा भाग असतो; तर नाराजी, रुसवे, फुगवे, नाव न छापल्याने, विश्वासात न घेतल्याने, मानपानामुळे अडून बसणाऱ्या व छळणाऱ्या अशा कार्यकर्त्यांना निवडणूकीनंतर उमेदवार भाव देत नसतो, तेव्हा हेच कार्यकर्ते नेत्यांचे दुर्लक्षपणा दाखवित असतात आणि हे सर्व

असेच प्रत्येक निवडणुकीत चालत राहाते. दुसरीकडे लाखोंच्या खर्चाच्या बड्या सभा, जातपात व समाजानुसार बैठका, त्यांना देणगी व आश्वासने यामध्ये उमेदवार फार कंटाळून, पिचून जातो. अनेकांमध्ये नैतिकता, नीतिमत्ता, आपुलकी नसते किंवा फार कमी शिल्लक असल्याचा अनुभव उमेदवाराला व काही निष्ठावंतांना पदोपदी होते असतो.

सर्वसामान्य पैसे घेणारा व मतदान करणारा ठरावीक मतदार मात्र ५०० ते १००० रूपये. प्रति मत या भावावर आला आहे. मतदान हे पवित्र राष्ट्रीय कर्तव्य आहे. मतदानासाठी पैसे घेणे व देणे गुन्हा आहे आदी बाबींशी, पैसे घेणाऱ्या मतदाराला काहीच घेणे-देणे नसते. या उलट सुज्ञ मतदार कमी प्रमाणात मतदान करतो. सर्वच राजकारणी चोर आहेत असे म्हणतो, दगडापेक्षा वीट मऊ असा विचार करतो व मतदान करतो. तर या सर्व परिस्थितीतून जो निवडून येतो, अर्थात 'जो जिता वो सिंकदर' असतो.

पूर्वीच उमेदवारी देताना 'इलेक्ट्रो मेरिट' म्हणजेच निवडून येण्यांची गुणवत्ता पाहून पक्ष नेते उमेदवारी देत असतात. त्यावेळी उमेदवारांचे अवगुण हे कदाचित गुण ठरतात. संपूर्ण निवडणूक प्रक्रियेत मात्र सर्व संबंधित मंडळी एकमेकांना एकच सांगत असतात निवडणूक सोपी नाही, निवडणूक सोपी नाहीच!

आपल्या देशात १९५० साली पहिल्या सार्वत्रिक निवडणुका झाल्या. त्यानंतर १९५२ साली विंदा करंदीकरांनी लिहिलेल्या 'सब घोडे बारा टक्के' या कवितेतील ओळी आठवतात...

'जिकडे सत्ता तिकडे पोळी,
जिकडे टक्के तिकडे टाळी ।
ज्याचा पैसा त्याची सत्ता,
पुन्हा पुन्हा हाच कित्ता ।
पुन्हा पुन्हा जुनाच स्वार,
मंद घोडा अंध स्वार ।
यांच्या लाथा, त्यांचे बुक्के,
सब घोडे बारा टक्के ।।'

OOO

७. नवे चांगले चेहरे निवडून येऊ शकत नाही

'गजब है, सच को सच कहते नही वो,
गीता और उपनिषद खोले हुए है ।'

भारतात २०१४ च्या नवीन सोळाव्या लोकसभेच्या गठणसाठी सार्वत्रिक निवडणुका घेण्याची प्रक्रिया सुरू झालेली आहे. सदर निवडणुकांपूर्वी देशातील व राज्यातील विविध भ्रष्टाचाराची कधी नव्हे एवढी प्रकरणे, अनेक घोटाळे, प्रचंड महागाई, गैरप्रकार इत्यादींबाबत बरीच चर्चा, आंदोलने, मोर्चे, भारत बंद, जाळपोळ, तोडफोड वगैरे सर्व झाली आहेत. भारतात प्रथमच पंतप्रधानपदाचा उमेदवार जाहीर करून निवडणूक लढविली जात असून लोकशाहीत असे प्रथमच होत असल्याने या निवडणुकीला विशेष महत्त्व प्राप्त झाले आहे.

विविध पक्षाच्या वतीने आता खासदारकीसाठी उमेदवार उभे राहिले आहेत. बड्या राजकीय पक्षाचे अनेक उमेदवार तेच ते (रिपीट) आहेत. तर उमेदवारी देताना सद्‌गुणाचे तसेच महिलांना प्राधान्य देण्याचे कोणतेही निकष कोणत्याही बड्या राजकीय पक्षांनी पाळलेले नाहीत, उलट वादग्रस्त व विविध आरोप असलेले कोट्यधीश उमेदवार दिले आहेत. तसेच 'जे' न्यायालयातून निर्दोष सुटलेले आहेत, अजून 'त्यांना' न्यायालयाने दोषी ठरविले नाही, जनतेत लोकप्रिय आहेत, अभ्यासू आहेत, निवडून येण्याची क्षमता आहे, असे सांगून त्या त्या वादग्रस्त उमेदवाराची पाठराखण किंवा वकिली त्या त्या पक्षाकडून केली जात आहे. मावळत्या लोकसभेत एकूण ५४३ खासदारांच्या ३१ टक्के खासदारांवर गंभीर स्वरूपाचे गुन्हे दाखल

आहेत, हे उल्लेखनीय ठरते. महाराष्ट्रात उभ्या असलेल्या सर्व उमेदवारांची मिळून सुमारे ९०० कोटी रुपयांची संपत्ती आहे.

वास्तविक भारतीय लोकशाहीत आपण जी निवडणूक पद्धत अवलंबली आहे, त्यामध्ये नवीन, चांगले व नि:पक्ष असे चेहरे निवडूनच येऊ शकत नाही, अशी स्थिती आहे. प्रतिष्ठित बड्या पक्षाची उमेदवारी, जुना राजकीय अनुभव किंवा संस्थानिक अर्थात शिक्षण सम्राट, सहकार सम्राट वगैरे असल्याशिवाय आणि मतदार संघात परिचित असल्याशिवाय कोणी कितीही प्रामाणिक, चांगला, ध्येयनिष्ठ, तत्त्वनिष्ठ, राष्ट्रनिष्ठ व्यक्ती निवडून येणार नाही, अशी पद्धतच करून ठेवण्यात आली आहे; तसेच एक बाब वारंवार रुजविण्याचा प्रयत्न होतो ती म्हणजे निवडणूक लढविणे आणि विजयी होणे.

'हे येऱ्या गबाळ्याचे काम नव्हे,

येथे लागतात जातीचेच.

उमेदवारी अर्ज भरणे नंतर 'विड्रॉल' च्या दिनापासून निवडणूकदिनापर्यंत फक्त पंधरा दिवस प्रचारासाठी, जाहीर सभांसाठी, भेटीगाठीसाठी मिळतात; तर या पंधरा दिवसांत लोकसभा मतदारसंघाचे ग्रामीण भागातील हजारांच्यावर गाव खेड्यांत सुमारे १६ लाख मतदारांपर्यंत उमेदवार स्वत: पोहोचू शकत नाही, प्रत्येक गावात फक्त सकाळी आणि संध्याकाळीच शेतकरी, शेतमजूर एकत्रितपणे भेटू शकतात, तेव्हा नवीन, चांगल्या चेहऱ्याचा व कोऱ्या पाटीची ही व्यक्ती सर्व गावात संपर्क कसा करणार, शेकडो कार्यकर्त्यांची फळी कशी व केव्हा उभारणार, त्याच्यासाठी कोण मोठी व्यक्ती जाहीरसभा करणार, सभेसाठी लाखांची गर्दी कशी जुळविणार; आणि हे सर्व फक्त ७० लाखांच्या खर्चाच्या मर्यादेत कसे करणार म्हणून प्रामाणिक, नवीन, चांगल्या व अपक्ष उमेदवारासाठी याबाबी शक्यच नाही आणि तो निवडून येऊ शकत नाही. किती मतदारसंघ असे आहेत की जेथे आजपर्यंत नवीन, चांगला चेहऱ्याचा, अपक्ष उमेदवार निवडून आला आहे आठवत पण नाही आणि अपवाद म्हणून कोणी निवडून आला तरी एकटा काय करू शकणार, असा प्रश्न उपस्थित होतो.

या स्थितीतही काही लोक अपक्ष किंवा छोट्या पक्षाकडून उभे राहाताना दिसतात, उपस्थिती दर्शविणे किंवा छोटा पक्ष व पार्टी जिवंत असल्याचे दाखविण्यासाठी, विचारधारेसाठी आपण उभे असल्याचे सांगतात मात्र काही, तर फक्त कुणाला तरी पाडण्यासाठीच उभे राहातात, निवडून येणे कठीण असले, तरी पाडणे सोपे असते, म्हणून निवडणूक ऐवजी पाडवणूक खेळतात. या उमेदवारांना कोण, कशासाठी चालवितो, त्यांना सुविधा व जाहीरसभेसाठी कोण 'खुराक' देतो? हे समजणे

मतदारांना थोडे कठीण जाते, एवढेच.

दरम्यान 'निवडणूक नव्हे तर लुबाडणूक' असा अनुभव उमेदवारांना येतो, या पार्श्वभूमीवर एकंदरीत सज्जन उमेदवार देण्यासाठी मुळात राजकीय पक्ष पुढे येत नाहीत, तर समाजात 'चांगले' या व्याख्येला धरून राजकीय पक्ष असे सज्जन उमेदवार देत नाहीत, कारण एकाने दिले आणि दुसऱ्या पक्षाने सज्जन दिला नाही, तर आपला सज्जन उमेदवार निवडून येण्याची शक्यता कमी होते, कारण सज्जन कार्यकर्ते व मतदार नाहीत, ते सज्जन उमेदवार निवडत नाही, विशेष म्हणजे सर्व सज्जन मतदार एकत्रही होत नाहीत, ही खरी शोकांतिका आहे.

शेवटी देशोन्नतीचे मुख्य संपादक प्रकाशभाऊ पोहरेंच्या ओळी आठवतात...

'दूर उडाली कबुतरे नभातून,
गिधाडांचेच राज्य माजले आहे,
सर्वत्र गाजवतो सत्ता दुर्जन,
कारण विखुरलेले सज्जन
भयग्रस्त आहेत.'

○○○

८. कळते पण वळत नाही...

'छोटीसी है जिंदगी, तकरार किसलिए,
रहती है दिलोमें, दिवार किसलिए ।
है साथ कुछ दिनोंका, फिर जुंदा जुदा,
राह में हम काँटे, बिछाये किसलिए ।'

दैनंदिन व्यवहारात अनेक बाबी प्रत्यक्ष व अप्रत्यक्षपणे सातत्याने आपल्याला समजत असतात. जीवन जगताना या बाबी भरपूर उपयोगाच्या असतात किंबहुना समजूनही आपण तसे वागत नसल्याने त्याचे दुष्परिणाम आपल्याला भोगावे लागतात. वर्षानुवर्षं हे असेच सुरू राहाते आणि आपण अनेकवेळा स्वत:बद्दल व दुसऱ्यांबद्दल सहज बोलून जातो, 'समजते पण उमजत नाही' अर्थात 'कळते पण वळत नाही'

जीवन जगण्याची शैली बदलली, गतिमान जीवनात व्यवस्थित जगायला वेळ नाही, कधी हिशोब लावला, तर फार काही करू शकलो असतो किंवा फार काही करायचे राहूनच गेले, असे शब्द आपसूकच बाहेर पडतात मात्र फालतू कामात व प्रतीक्षेत किती वेळ वाया गेला, हे तपासले तर एवढा वेळ तर जाणारच, अशी समजूत आपणच आपली घालून घेतो. म्हणतात ना आपण दुसऱ्यांसाठी छान न्यायाधीश, तर स्वत:साठी छान वकील असतो, अगदी तसेच आपले सुरू असते.

समाजात दारू, धूम्रपान, तंबाखू, गुटका, जुगार, आम्ल पदार्थ सेवन, फास्ट फूड खाणे, ऋषीमुनींनी शरीरस्वास्थ्यासाठी सांगितलेले प्राणायाम, योगाभ्यास, पायी चालण्याच्या साध्या व्यायामाकडे दुर्लक्ष करणे, तसेच

शासनाने आरोग्यविषयक केलेल्या जनजागृती मोहिमेकडे लक्ष न देणे, बाळंतपणाची काळजी न घेणे, पोलिओ निर्मूलनासाठी तोकडे सहकार्य करणे इत्यादी प्रकारही; कळते पण वळत नाही यामध्येच मोडले जातात. 'पुढे पाहू, काही होईल, तेव्हा पाहू, नशिबात असेल तेच होईल' आदी वाक्ये वापरून 'आम्हाला कळाले पण आम्ही घाबरत नाही' अशी बेफिकिरी व्यक्त केली जाते.

दुसरीकडे अश्लील चित्रपट, अश्लील मॅसेजेस, खोटे बोलणे, वेळ मारून नेणे, फसवणूक करणे, मारामारी, हाणामारी, वाहतुकीचे नियम न पाळणे, खोट्या तक्रारी करणे इत्यादी अनेक बाबी मोठ्या प्रमाणात आढळून येतात. या सर्वांचे दुष्परिणाम असतातच, यात दुमत नाही आणि हे सर्व प्रकार आपल्या व इतरांसोबत वारंवार घडत असताना या बाबत खरेच कुणालाच काही समजत नाही, असेही नाही. मग हे सर्व का होते, असा गंभीर प्रश्न निर्माण होतो. अनेक वेळा तर ठिकठिकाणी धोक्याच्या सूचना नमूद असतात. प्रामुख्याने तंबाखू पुडी व सिगारेट पॉकिटावर असलेली धोक्याची सूचना धुडकावून लावली जाते.

डॉ. बाबासाहेब आंबेडकर यांनी दिलेल्या घटनेनुसार आपल्याला 'आपले अधिकार कळतात, मात्र कर्तव्य कळत नाही' हा विषय तर आत्मचिंतनाचा ठरत आहे. सर्वांना सर्व काही समजते मात्र ते अंगवळणी पडत नाही किंवा आपल्याला ते अंगवळणी पडू द्यायचे नाही, कारण चांगल्या गोष्टी अंगवळणी पडाव्यात म्हणून प्रामाणिक प्रयत्न नेहमी सुरू ठेवावे लागतात आणि हे थोडे कठीण आहे.

सद्य:स्थितीत भोवतालच्या वातावरणात करत रहा- करत रहा, आपणाला जे सोयीचे वाटते ते बिनधास्तपणे करत रहा, असा चुकीचा मेसेज रूढ होत आहे. त्यामुळे आपण केले तेच कसे बरोबर, तसेच व्यक्तिगत पातळीपेक्षा मोठे काहीच नाही, असे पटवून देताना सुसंस्कार, आदर्शवाद, याचा आपणास विसर पडत असतो. उलट जग कसे बदलले, चांगल्या, सरळ व प्रामाणिक माणसाला जगणे किती कठीण झाले आहे, यावर आपण छान चर्चा करीत असतो, फक्त एवढेच.

आपल्याला अनेक बाबींचे दुष्परिणाम समजतात, आपण जे चुकीचे करतो आहे, तेच किंबहुना त्यापेक्षा अधिक चुकीचे आपल्याबरोबर घडणार आहे, हे समजूनही आपणास समजलेच नाही, असे दर्शविणे म्हणजे स्वत: स्वत:ची फसवणूक करणे होय, यामुळे स्वत:चे अध:पतन होत असते, हे पण तेवढेच खरे.

जे स्वत:ला समजते ते उमजतही असते, मात्र उमजून घेण्याइतपत आपली इच्छा व तयारी असावी लागते; कारण उमजल्यानंतर त्या चांगल्या बाबीसाठी लागणारा वेळ व लागणारे परिश्रम त्यातून कदाचित कमी मिळणारा मोबदला

स्विकारणे, यासाठी आपण तयार होत नाही. उमजले नाही, असे सांगून अयोग्य करणे कदापि योग्य ठरू शकत नाही. चुकीचे हे काल पण चुकीचे होते, आजही आणि उद्याही चुकीचेच रहाणार; कारण एखादे वेळी चांगले केले तरी चुकीचे परिणाम येऊ शकतात. मात्र चुकीचे केल्यावर तर दुष्परिणाम येणारच, हे अटळ आहे.

संतांची, अध्यात्माची व मानवतेची शिकवण घेऊन 'मी काही नाही झालो, पण चांगला माणूस तर झालो' हे सूत्र प्रत्येकाने स्वीकारणे गरजेचे ठरते. 'एक चांगला माणूस' या सूत्राच्या वाटेवर चालत असताना अनेक बाबी समजतात आणि उमजतातही, त्यावरून चुकांची पुनर्रावृत्ती होऊ न देणे यातच शहाणपण असते; आणि ही वृत्ती स्वीकारली तर आयुष्यात समजते पण उमजत नाही किंवा कळते पण वळत नाही, असे वारंवार म्हणावे लागणार नाही, एवढे मात्र निश्चित !

शेवटी कोणी जाणूनबुजून आठवलेच नाही, समजलेच नाही, असे सांगून कोणाला तरी मूर्ख समजून वेळ मारून नेत असेल, तर त्याला काय म्हणणार? यावरून एक शेर आठवतो...

बक्श देता है खुदा उनको,
जिनकी किस्मत खराब होती है ।
वो हरगिज नही बक्शे जायेंगे,
जिनकी नियत खराब होती है ।

○○○

९. संस्थांचे सेवाकार्य : लोकाश्रय आवश्यक

'जे का रंजले गांजले ।
त्यासी म्हणे जो आपुले ।।
तोचि साधू ओळखावा ।
देव तेथेचि जाणावा ।।'

जगत्‌गुरू संत तुकाराम महाराजांच्या या ओवीनुसार समाजात विविध सामाजिक, धार्मिक संस्था तसेच काही क्षेत्रांत शासनसुद्धा मोठ्या प्रमाणात सेवाकार्य करीत आहे. समाजातील दीन, दुबळ्या, शोषित, दुर्लक्षित अशा गरजू लोकांना मदत करणे, हे गरजेचे आहे आणि हीच धर्माची खरी शिकवणही आहे. त्यामुळे हजारो लोक या ना त्या स्वरूपात गरजूंना मदत, देणगी व दान देत असतात. या क्रियेला 'पुण्यकर्म' म्हटले गेल्याने पूर्वीच्या काळात चुकून व आताच्या काळात मुद्दामहून काही पाप, गैरप्रकार केले असल्यास, पापाचे ओझे कमी करण्याचा प्रयत्नही अनेकजण दान, देणगी देऊन करीत असतात, असो.

महाराष्ट्रात हजारो संस्था सेवाकार्य करण्याचे सांगत असल्यातरी प्रत्यक्षात वेगळीच स्थिती दिसून येते, सेवेतून मेवा प्राप्त करण्याचे प्रकार, अनेक ठिकाणी उघड झाले आहेत. या प्रकारात संस्थाच गिळंकृत करणे, संस्थेच्या नावावर स्वत:चे, नातेवाइकांचे चांगभले करणे, विश्वस्तांकडून संस्थेचे उत्पन्न हडपणे, भक्तांना व गरजूंना सोयी, सवलती न देणे, संस्थेच्या बांधकामात आपले बांधकाम आटोपून घेणे या व इतर गैरप्रकारांमुळे खरे सेवाकार्य मागे पडले आहे. म्हणूनच गेल्या अनेक वर्षांपासून सेवाकार्य

करणाऱ्या अशा हजारो संस्थांना 'मदतीची गरज नाही' असे म्हणणारे लोक सापडत नाहीत आणि त्यांचे बोगस सेवाकार्य सुरू असते, ही सत्यता आहे, असो.

समाजात काही धार्मिक संस्थांनी समाजहिताचे अनेक उपक्रम राबवून उच्च आदर्श प्रस्थापित केला आहे. समाजात धार्मिक संस्थांना मोठ्या प्रमाणात दान मिळते, या देणगीच्या रकमेतून समाजात शैक्षणिक, आरोग्यदायी उपक्रमाने गरिबांची सेवा करणाऱ्या संस्थांना खऱ्या अर्थाने जनतेच्या आशीर्वादाची अर्थात सहकार्याची, लोकाश्रयाची गरज आहे, तर आपण दिलेल्या दानातून खऱ्या अर्थाने गरजूंना मदत व्हावी, अशी इच्छा ठेवणाऱ्यांना व आपले दान सत्पात्री व्हावे, अशी इच्छा असणाऱ्यांना अशा संस्था एक चांगले माध्यम आहे.

संत गाडगे महाराजांनी शाळा, अन्नछत्रालय व धर्मशाळा काढून लोकाश्रयातून सेवा करण्याचे उत्तम उदाहरण प्रस्थापित केलेले आहे. आज शासकीय अनुदान मिळवून संत गाडगे महाराज मिशनच्या सुमारे १७५ शाळा व अनेक धर्मशाळा, वृद्धाश्रम, निराधार बालकाश्रम इत्यादी सुरू आहेत.

महाराष्ट्रात प्रामुख्याने सर्वांत श्रीमंत असलेले शिर्डीचे साईबाबा ट्रस्टचे रुग्णालय, दुसरे म्हणजे 'सर्वे भवन्तु सुखिन:' हे घोषवाक्य असलेल्या शेगावच्या संत गजानन महाराज संस्थाचे एकूण ४३ सेवा प्रकल्पामध्ये इंजिनिअरिंग कॉलेज व ग्रामीण आरोग्य सेवा योजना, तिसरे म्हणजे राज्यातील दुष्काळी परिस्थितीवेळी मुख्यमंत्री निधीला २५ कोटी रुपये देणाऱ्या व सुमारे १२५ कोटींच्या मुदतठेवी असणाऱ्या मुंबईच्या सिद्धिविनायक ट्रस्ट इत्यादींच्या नावे सेवाकार्यात अग्रेसर म्हणून घेण्यात येतात. राज्यात वेळोवेळी येणाऱ्या नैसर्गिक आपत्तींमध्ये पाणी, चारा, मदतीसाठी संस्था धावून जातात.

यामध्ये काही खाजगी, तर काही शासकीय ट्रस्ट (सरकारच्या नियंत्रणाखाली) आहेत. सरकारच्या नियंत्रणाखाली असलेल्या ट्रस्टमधून सरकारमध्ये मंत्री असलेल्या व राहिलेल्या राजकारण्यांनी त्यांच्या संस्थेसाठी कोट्यवधी रुपये उचलले आणि या पद्धतीसाठी मुंबई उच्च न्यायालयाला त्यात हस्तक्षेप करावा लागला होता. असे पैसे उचलणे हे त्यांचे सेवाकार्य आहे. विशेष म्हणजे अधिक उत्पन्न असणाऱ्या धार्मिक संस्था सरकारी नियंत्रणातच असते.

महाराष्ट्र राज्याने १९८० मध्ये कायदा केला व या कायद्याद्वारे सार्वजनिक विश्वस्त मंडळाची नियुक्ती करून त्यांच्याद्वारे देवस्थानचा कारभार चालवला जातो. अशा प्रकारे स्वतंत्र कायद्याद्वारे अस्तित्वात आलेले शिर्डी व सिद्धिविनायक, मुंबई हे दोनच ट्रस्ट महाराष्ट्रात आहेत. त्यामुळे लोकांची श्रद्धा म्हणून आलेला पैसा हा

गरजूंना वैद्यकीय व इतर सोयींसाठी वापरण्यात बंधने येतात.

मागे मुंबईच्या सिद्धिविनायक ट्रस्टचे पैसे कोणी, किती घेतले यांची नावे आली होती, काही दिवस खळबळ उडाली मात्र नंतर जैसे थे. तर राजकारणी शेवटी राजकारणीच असतात त्यांना फक्त पैसा हवा असतो, मग तो कोठूनही मिळाला, तरी चालतो, म्हणून ते 'ट्रस्ट' चेही वापरतात, अशी स्थिती आहे. एकंदरीत शासकीय नियंत्रणात असलेल्या ट्रस्टचे पैसे राजकारण्यांना कोण मागणार? विश्वस्त असलेले जिल्हास्तरीय अधिकारी की शासनाने विश्वस्त म्हणून नियुक्त केलेले शासन समर्थक व्यक्ती मागणे शक्यच नाही आणि हे असेच चालत असते.

दुसरीकडे श्रद्धास्थान, देवस्थान म्हणून काही खाजगी ट्रस्टचे सेवाकार्य चांगले असेल, प्रामाणिक असेल आणि जनतेची सेवा होत असेल तेथे जरा जास्त दान द्यायला हरकत नाही, असे सांगून दान देणाऱ्यांची संख्या व दानाची रक्कम वाढली पाहिजे, असे वाटते; कारण या संस्थांना राजाश्रय (शासनाचा आश्रय) नकोच आणि प्रत्यक्ष समाजात सेवाकार्य करताना त्याची गरजही नाही, अशा संस्थांना हवे फक्त लोकाश्रयच.

देणगीतून मिळणाऱ्या पैशातून गोरगरीब, गरजूंच्या जीवनात हास्य फुलविण्याचे, त्यांचे जीवन जगणे सुखमय करण्याचे प्रयत्न करणाऱ्या, श्रद्धा, भक्ती व सेवा हीच साधना समजणाऱ्या सामाजिक व धार्मिक संस्थांचे कार्य कौतुकास्पद आहे. शेवटी त्यांचे कार्य पाहून समाधान वाटते आणि त्यांचे प्रयत्न एका शायरच्या ओळीप्रमाणे असल्याचे जाणवते, शायर म्हणतो,

'पौधा पौधा पाल के,
वक्त जाया मत कर ।
कागज के कुछ फुल खिला,
गुलजारोमें ।'

○○○

१०. शंकरबाबाचे 'वझ्झर पॅटर्न' समाजहिताचेच...

'जे का रंजले गांजले, त्यासी म्हणे जो आपुले
तोचि साधु ओळखावा, देव तेथेचि जाणावा'

समाजात लोकसंख्येप्रमाणेच अपंगांची, विकलांगाची संख्याही झपाट्याने वाढली आहे. संपूर्ण देशात विकलांग अर्थात मूकबधिर, मतिमंद, बुद्ध्यांक शून्य व पोलिओ असलेल्यांची संख्या सुमारे ७ कोटी एवढी आहे. यामध्ये सुमारे एक कोटी, तर बेवारस मुले-मुली आहेत. एकट्या महाराष्ट्रात लाखो विकलांग (सर्व प्रकारचे अपंग) आहेत; तर भारतात दरवर्षी वेगवेगळ्या कारणाने ४० हजार लोक विकलांग होतात.

नातेवाईकांसह सर्वांना त्रासदायक ठरणाऱ्या या विकलांग, प्रामुख्याने मतिमंद मुलांसाठी शासन व अनेक सामाजिक संस्थाही कार्यरत आहेत. दरम्यान काही संस्थेत अनुचित प्रकार घडल्यानंतर अनेक संस्थांनी हे समाजकार्य बंद केले. परिणामी बंद झालेल्या बालगृहातील हजारो मतिमंद मुले-मुली कुठे गेलेत? हा प्रश्नच आहे. दुसरीकडे अशा मुला-मुलींचे अवयव काढून विकले जाण्याचे; तसेच अनेक मतिमंद मुली वारांगना होण्याचे प्रकार घडतात, तर या शिवाय त्यांनाही पर्याय राहत नाही. असे होण्यासाठी शासनाचे चुकीचे धोरण कारणीभूत आहे. समाजकार्य करणाऱ्यांना शासनाकडून संपूर्ण सुरक्षितता न देणे, मतिमंद बाबतचा कायदा स्पष्ट नसणे, अनुदान देणारे व नियंत्रण ठेवणारे प्रशासन व्यवस्थित कार्यरत नसणे, आदी कारणे आहेत. विश्व बँकेने करवून घेतलेल्या एका अभ्यासाप्रमाणे भारतातील ज्यादातर विकलांग गरीब आहेत, अशिक्षित आहेत, शाळेत

जात नाहीत म्हणूनच त्यांच्यासाठी रोजगाराच्या कमी संधी उपलब्ध आहेत, विशेष म्हणजे त्यांना समाजातील शापित व्यक्तीच्या रूपात मानले जाते. वास्तविक ही चिंतेची बाब आहे. त्यांचा काही दोष नसताना त्यांना हा अवमान सहन करावा लागतो.

कायद्यानुसार मतिमंदाचेही शारीरिक वय वर्षे १८ झाले की तो, ती सज्ञान झाले असेच होते. वास्तविक मतिमंद मुलांचे शारीरिक वय वाढले असले तरी, प्रत्यक्षात ती सज्ञान होत नाहीत, मात्र कायद्याप्रमाणे १८ वर्षे वयाच्या नंतर अशा मतिमंदासाठी कोणतेही आश्रम, बालगृह नाहीत, उलट सामाजिक संस्थांनाही १८ वर्षांनंतर मतिमंदांना ठेवू नये असेच आदेश आहेत. बेवारस मतिमंद मुले-मुली या अवस्थेत कुठे जातील? कसे जगतील? हा साधा प्रश्नही कोणी जनप्रतिनिधी शासनाला विचारत नाही किंवा यासाठी कायदा दुरुस्ती व्हावी म्हणून भांडताना दिसत नाही.

भारतीय संसदेत मध्यंतरी चंद्रपूरचे खासदार हंसराज अहीर यांनी अनाथांचे नाथ शंकरबाबा पापळकर यांच्याकडून माहिती घेऊन हा विषय उपस्थित केला होता, मात्र १८ वर्ष वयाच्या वरील बेवारस मतिमंदांसाठी कायदा झाला नाही. मात्र समाजात ही समस्या गंभीर होत असताना काही सामाजिक कार्यकर्ते आपल्या परीने समस्या सोडविण्यासाठी झटत आहेत, आयुष्य समर्पण करीत आहेत, यामध्ये एक नाव आहे, संत गाडगेबाबांचा वारसा लाभलेले आणि अनाथांचे नाथ शंकरबाबा पापळकर.

मतिमंदाचा, अपंग मुला-मुलींचा सांभाळ करणे, त्यांना वडिलांचे नाव देणे, त्यांना मोठे करणे, त्यांची लग्न लावून देणे, मतिमंद मुलींना मातृत्व प्रदान करणे, आधारकार्ड, ग्रामपंचायत रहिवासी दाखला. मतदानाचा अधिकार मिळवून देण्याचे कार्य करणे, हेच शंकरबाबाचे 'वझ्झर पॅटर्न' आहे. हे पॅटर्न देशभरात राबविले गेले पाहिजे, हे खऱ्या अर्थाने समाजहिताचे आहे.

विदर्भातील अमरावती जिल्ह्यातील परतवाडा नजीक वझ्झर शिवारात १२५ अपंग, बेवारस, मतिमंद मुला-मुलींचा बाप असे कायदेशीरपणे नाव लावून घेणारे शंकरबाबा पापळकर, हे विकलांग मुला-मुलींचा सांभाळच करीत नाहीत, तर पुनर्वसनही करीत आहेत. पुनर्वसनाची ही प्रक्रिया म्हणजेच शंकरबाबाचे 'वझ्झर पॅटर्न' आहे.

प्रख्यात हनुमान व्यायाम प्रसारक मंडळ अमरावतीचे सर्वेसर्वा पद्मश्री प्रभाकरराव वैद्य यांच्या वडिलांच्या नावाने स्वर्गीय अंबादासपंत वैद्य मतिमंद बेवारस बालगृह

१९९० पासून या सेवेत कार्यरत आहे. शंकरबाबा पापळकर हे बालगृह चालवीत आहेत. मुंबई, नाशिक, पुणे बस स्टॅण्ड व रेल्वे स्टेशन, गोव्याचे बीच, पंढरपूर येथे सोडून दिलेले, टाकून दिलेली बेवारस, अपंग, मतिमंद मुले आणि मुली या बालगृहात आहेत. मतिमंद असलेले व मृत यातना भोगणोर अपंगत्व पाहता आपण हे बाळ जगवू शकत नाही, याची खात्री झाल्यावर अनेक आई-वडील अशी मुले मंदिरात, प्लेटफॉर्मवर सोडून देत असतात, ही वास्तविकता आहे. तर या मुलांचाही सांभाळ व्हावा, अशी इच्छा असणारे, मात्र प्रत्यक्षात काहीही करू न शकणारेही अनेक लोक आहेत; आणि हेच लोक समाजकार्यात मदत करीत असतात. शंकरबाबांनी मतिमंद व अपंगांची, मूक-बधिरांची अशी जोडी लावून आतापर्यंत १५ जोडप्यांची लग्ने लावून दिलीत. यामध्ये मुलींचे कन्यादान नामवंत अधिकाऱ्यांनी, राजकीय नेत्यांनी, बड्या सामाजिक कार्यकर्त्यांनी केले आहे. या १५ जोडप्यांना एकून २८ मुले-मुली झालीत. विशेष म्हणजे या मुला-मुलींना कोणतेही अपंगत्व नाही, तर हीच मुले आई-वडिलांना त्यांच्या आजारातून बाहेर काढण्यासाठी मदतगार ठरत आहेत. आईची माया निर्माण करून ८० टक्के मतिमंदता दूर केली जाऊ शकते, असा मेडिकल बोर्डाचा अहवाल आहे.

बेवारस मतिमंदांना १८ वर्षानंतरही आजीवन बालगृहात ठेवता यावे, असा कायदा व्हावा, यासाठी शंकरबाबांचा सतत व प्रामाणिक संघर्ष सुरू आहे. मतिमंदांना वाचविण्यासाठीचे त्यांचे हे प्रयत्न आहेत. या मतिमंदांकडून, अपंगांकडून बाबांनी १५ हजार रोपांचे वृक्षारोपण करून घेऊन ते जगविले आहेत. शासनाच्या ठरावीक धोरणानुसार मतिमंदांकडून मेणबत्त्या, ग्रीटिंग कार्ड्स, अगरबत्त्या करून न घेता वृक्षारोपण, पुनर्वसन व स्वावलंबन तसेच मुख्य नागरी प्रवाहात जोडण्याचे कार्य शंकरबाबा करीत आहे. त्यांच्या 'वझ्झर पॅटर्न' च्या कार्यात अनेक पत्रकारांचे सहकार्य असते. मागे २००७ मध्ये कायद्यावर बोट ठेवून सर्व मतीमंदांना बालगृहाबाहेर काढण्यात आले होते, तेव्हा 'देशोन्नती' चे मुख्य संपादक प्रकाशभाऊ पोहरे यांनी केलेले सहकार्य खूप महत्त्वाचे ठरले होते.

स्वत:ची कामे स्वत: करू न शकणाऱ्या अपंगांचा, बुद्ध्यांक शून्य असलेल्या लहान-मोठ्या मुलांचा मतिमंदांचा सांभाळ करणे, हे सर्वांत कठीण कार्य आहे. विकलांगाच्या शारीरिक अडचणीमुळे त्यांच्यावर लागलेले प्रतिबंध दूर करणे, त्यांच्यात आत्मविश्वास जागृत करून त्यांना आत्मनिर्भर बनविणे, तसेच सामान्य जीवन जगण्यासाठी त्यांच्यात उमेद निर्माण करण्याचे कार्य करणाऱ्यांबद्दल, आदर ठेवणे गरजेचे आहे. तर लोकाश्रयासोबतच त्यांना राजाश्रय अर्थात शासनाचे संरक्षण

व पूर्ण मदतही आवश्यक आहे. समाजहिताचे 'वझ्झर पॅटर्न' सरकारने राबविणे व त्यानुसार समाजातील मतिमंदांना सन्मानाने जगविणे काळाची गरज झाली आहे, एवढे मात्र खरे !

शेवटी बेवारस मतिमंद, अपंग मुला-मुलींचे कठीण जीवन पाहता एक शेर आठवतो...

हवा तेज चली तो चिराग खूब जसा,
खुदा भी होने के क्या - क्या सबूत देता है ।

ooo

११. मुले ऐकत नाहीत नि मोठे समजून घेत नाहीत

'मला जो त्रास झाला, तो त्रास माझ्या मुलांना होऊ नये', या कारणासाठी केल्या जाणाऱ्या विविध अनावश्यक गोष्टींमुळे, समाजात एक नवीन समस्या निर्माण झाली आहे. साधारणपणे घरात, नातेवाइकांमध्ये व समाजात आपली मुले ऐकत नाहीत, तोंडावर प्रतिउत्तर देतात, जिद्द करतात, मनाला पटेल तेच करतात आणि तसेच वागतात. नाहक मोठ्यांना त्रास देतात, मोठ्यांना समजून घेत नाहीत. वेळ वाया घालवतात, उधळपट्टी करतात, इत्यादी कारणे मुलांच्या बाबतीत सर्रासपणे सांगितली जात आहेत आणि अनेक ठिकाणी ही कारणे खरी पण वाटतात.

परंतु हे असे का झाले आणि पुढे करायचे काय की जाऊ द्या, जसे चालते तसे चालू द्या, हेच त्याचे उत्तर आहे का? सध्याच्या कार्यरत पिढीला सुरुवातीच्या काळात 'मोठ्यांना समजून घ्या' असे शिकविले जायचे; तर आता परत त्यांनाच 'लहानांना समजून घ्या' असेच सांगितले जात आहे. या दोघांमध्ये या शिकवलेल्या, समजलेल्या, कार्यरत मध्यमवयाच्या पिढीला कोण समजून घेणार, हा प्रश्नच पडला आहे.

कुटुंबव्यवस्था बदलली, एकत्र कुटुंबाचे आता विभक्त कुटुंब झालेत, 'हम दोन हमारे दो' मध्येही आता 'हम दो हमारा एक' आले आहे. यामुळे एकमेव असलेल्या मुलांचे फाजील लाड पुरविणे, त्याच्या चुका कधी आईने, तर कधी पित्याने लपविणे, मुले नाराज होणार नाही याची अधिक खबरदारी घेणे, मुलांनी मागितली ती वस्तू देणे, महागडे कपडे घेणे, हवे ते खायला देणे, म्हणेल तो शिकवणीवर्ग लावणे इत्यादी कारणे आहेत. या

सर्व बाबींमुळे आपण मुलांना भोगी बनवत आहोत. भोगाच्या आधारावर अनेक विकार जन्म घेतात, भोगी व्यक्ती अनेक दोषांना जन्म देते, तर त्यागी व्यक्ती सद्गुणांना जन्म देते, तेव्हा पालकांनी अंतर्मुख होऊन विचार करायला हवा; तर मुलांनी आपले ऐकावे असे आपले व्यक्तिमत्त्व टिकवून ठेवायला हवे; कारण आईवडील हेच त्याचे प्रथम गुरू असतात.

आपण घरात व बाहेर काय करतो, कसे वागतो, कसा पैसा कमावितो, आपली स्थिती काय आणि आपल्याबद्दल घरात, नातेवाइकांत व शेजारी तसेच समाजात काय बोलले जाते, या सर्व बाबींमुळे आपली प्रतिमा तयार होते. त्याचाही मुलांवर प्रभाव पडतो. वडील दारू पिऊन येत असतील, गुटका, तंबाखू खात असतील, वडीलच त्यांच्यापेक्षा मोठ्यांचे सन्मान ठेवत नसतील आणि बाहेर ओल्या पार्ट्या करीत असतील, तर मुलांनी त्यांचे का ऐकावे, याचा विचार पालकांनी करावा.

मुलांनी ऐकावे यासाठी कौटुंबिक वातावरण महत्त्वाचे ठरते, तर मोठ्यांकडे अनुभव जास्त असल्याने त्यांनी मुलांना; तसेच परिस्थितीला समजून घेणे गरजेचे ठरते. अर्थातच मुलांना समजावून सांगण्याचे कसब मोठ्यांनी आत्मसात करून घेणे गरजेचे झाले आहे. मुले हातातून जाऊ द्यायची नाहीत, मात्र मुलांच्या अवास्तव मागण्या किंवा फाजील लाड पूर्णही करायचे नाही, त्याने ताट फेकले, तर जेवण द्यायचे नाही, अनावश्यक वस्तूसाठी प्रेमाने, चतुरपणे व प्रसंगी त्याला कठोरपणे नाही म्हणावे, हे ज्याला जमले त्याची मुले समजूतदार होतील हे सांगायला ज्योतिषाची गरज नाही. आज ताट फेकणारी, अक्राळपणे वागणारी मुले पुढे दगडफेक करणाऱ्यांमध्ये सहभागी होतात, असाही निष्कर्ष आहे.

वयोमानाचा अर्थात पिढीचा फरक राहाणारच मात्र सांगड घालणे गरजेचे आहे. नाही, तर पश्चात्तापाची पाळी येते. शेवटी ज्या मुलांसाठी आपण सर्व काही करतो ती कशी निघतात, हे महत्त्वाचे आहे. मुले चांगली निघाली, तर फारच छान आणि वाईट निघाली, तर 'झाले कल्याण'. मुलांवर संस्कार छान असतील तर चिंतेचे कारण नाही आणि मुले संस्कारित नसतील, तर चिंता करूनही उपयोग नाही, म्हणूनच असे म्हणतात,

'पुत सपूत का धन संचय?
पुत कपूत का धन संचय?

समाजात वृद्धाश्रम वाढत आहेत, मानसिक रोगी व दवाखाने वाढत आहेत. ही समाजाच्या प्रगतीची लक्षणे नाहीत. ही तर प्रगतिशील समाजाची अधोगतीकडे वाटचाल आहे. तेव्हा वेळीच सावध होऊन सुसंस्कारीत मुले घडविणे व मुलांना

समजून घेणे, गरजेचे आहे. आपण भूतकाळाच्या दडपणात असल्याने मुले आणि आपण यांच्यात सुसंवाद होऊ शकत नाही. हे समजून वर्तमान सुधारावे म्हणजे भविष्य सुधारेल.

बोले तैसा चाले त्यांची वंदावी पाऊले

या संत वचनात थोडा फरक करून पालकांसाठी असे म्हणावेसे वाटते की,

''बोले तैसा चाले त्याची ऐकतील मुलेबाळे!''

शेवटी हातांत काही राहाणार नाही. या आशयाचा एक शेर आठवतो,

'मेरी मुट्ठी में सुखी हुए फुल है।
खुशबुओं को उडाकर हवा ले गई।'

○○○

१२. विद्यार्थ्यांनी ध्येय ठरवावे

समाजात सर्वांत जास्त अपेक्षा विद्यार्थ्यांकडून व्यक्त केल्या जातात. आजचे विद्यार्थी उद्याचे नागरिक आहेत, असे म्हटले जाते. तेव्हा नागरिक कसा असावा? तर तो सर्व दृष्टीने उत्तम असावा, असे म्हणता येईल. भावी नागरिक घडविणे हे उत्तम कार्य आहे. म्हणून शिक्षकांना 'सोशल इंजिनीअर' असेही म्हणतात; तर विद्यार्थ्यांना ध्येय निश्चितीसाठी व ध्येय प्राप्तीसाठी शिक्षक हे उत्तम मार्गदर्शकही ठरतात, कारण विद्यार्थी संभ्रमात असतात, नेमके काय शिकावे, किती शिकावे, पुढे काय होणार, शिकून नोकरी मिळणार किंवा नाही, लाखो बेरोजगारांचे प्रश्न कायम आहेत, तर आपले काय, आपण जे शिकतो त्याचा जीवन जगण्यात किती उपयोग होतो, दैनंदिन व्यवहारात किती उपयोग होतो, इत्यादी प्रश्न विद्यार्थ्यांच्या मनात घोळत राहातात.

उद्योजक, कारखानदार, मोठे व्यावसायिक, बडे शेतकरी नेहमी तक्रार करतात की, माणूस, कुशल कामगार, कुशल कर्मचारी भेटत नाहीत आणि तरुणवर्ग तक्रार करतो की, रोजगार भेटत नाही. याचा अर्थ एवढाच की दोघांनाही पाहिजे तसे भेटत नाही, तर यासाठी शिक्षण पद्धती प्रामुख्याने जबाबदार ठरते. आजची शिक्षण पद्धती काळानुरूप बदलत आलेली आहे, मात्र काळ बदलण्याची गती जास्त आणि शिक्षण पद्धतीत बदलाची गती कमी, यामुळे ही 'दरी' कायम आहे.

शिक्षण पद्धती कशीही असो, मात्र विद्यार्थ्यांना यातूनच जावे लागेल, हेच शिकावे लागेल. त्यामुळे नाहक चर्चेत वेळ खर्ची घालण्यापेक्षा, आहे

ते स्वीकारून, अधिकाधिक चांगले शिक्षण घेऊन स्वत: घडण्याचा प्रामाणिक प्रयत्न आवश्यक ठरतो. विद्यार्थ्यांनी सर्वप्रथम ध्येय, उद्दिष्ट ठरविणे आवश्यक आहे, तर हे ध्येय ठरविण्यासाठी शिक्षक व पालक दोघांनीही मदत, मार्गदर्शन केले पाहिजे, विद्यार्थ्याला प्रोत्साहित केले पाहिजे. एक वेळ 'टारगेट' ठरले की त्याच दिशेने जाता येते 'टारगेट' प्राप्त केले जाऊ शकते.

आपल्याला काय व्हायचे हेच अनेक विद्यार्थ्यांनी ठरविलेले नसते. त्यामुळे अजून वेळ आहे, पुढे पाहू ही कारणे देत दिशाहीन पद्धतीने त्यांचा प्रवास सुरू असतो आणि भरकटलेल्या अवस्थेत नैराश्य पदरी पडते. विद्यार्थ्यांनी स्वत:च्या दिनचर्येचे वेळापत्रक तयार करणे, त्याची अंमलबजावणी करणे, ५ ते ६ तास नियमितपणे अभ्यास करणे आवश्यक आहे. शास्त्रज्ञ अल्बर्ट हम्प्रे याने विकसित केलेल्या SWOT (स्वॉट) या तंत्राने विद्यार्थ्यांने स्वत:बद्दलची ओळख करून घेतली पाहिजे, या तंत्राने आपल्या नियोजनात फार महत्त्वाची मदत होते. SWOT हे संक्षिप्त रूप असून यातील...

S = STRFNGTHS बलस्थाने

W = WEAKNESSES कमजोरी

O = OPPORTUNITIES संधी

T = THREATS धोके

असा अर्थ आहे. स्वत:च्या बलस्थांनाना, कुवतींना, कौशल्यांना ओळखून ज्याला जे क्षेत्र आवडते, जमते, त्याने त्या क्षेत्रात ताकदीने पुढे जायला हवे.

व्यक्तिमत्त्व विकासाची, करिअर घडविण्याची शेकडो पुस्तके बाजारात उपलब्ध आहेत. "विद्यार्थ्यांनो स्वप्न पाहा, ती स्वप्ने खरी करण्यासाठी जिद्द, चिवटपणा व चिकाटीने प्रयत्न करा.", इत्यादी सांगितले जात असले तरी काही मिळविण्यासाठी विद्यार्थ्यांची प्रबळ इच्छाशक्ती खूप महत्त्वाची ठरते. युवकांचे एक मार्गदर्शक महान व्यक्तिमत्त्व असलेले माजी राष्ट्रपती डॉ. ए. पी. जे. अब्दुल कलाम म्हणतात, तरुणांनी स्वप्ने पाहिली पाहिजेत मात्र ती स्वप्ने कशी असावीत तर...

'सपने वही नही होते
जो रात मे सोते वक्त आते है
सपने वही होते है,
जो रात मे सोने नही देते ।'

अर्थात ध्येय निश्चित करणे फार महत्त्वाचे आहे, मला काय व्हायचं, हे ठरविताना योग्य व्यक्तीची मदत व मार्गदर्शन घेणे, ध्येयासाठी पूरक बाबी सातत्याने

करीत राहाणे गरजेचे आहे. करिअर करण्यासाठी सहाशेच्या वर क्षेत्रे आहेत.

ध्येय निश्चित करणे ही ध्येय प्राप्तीची सुरुवात होय. अडचणी सर्वांनाच असतात मात्र या अडचणीतून मार्ग काढून पुढे जाणे हाच खरा पुरुषार्थ आहे, जी व्यवस्था नाही त्यासाठी रडत बसण्यापेक्षा, जे आपल्याकडे आहे त्यात आपण अधिक छान अभ्यास करून, छान ध्येय प्राप्त कसे करू शकतो, या दृष्टीने कार्य करणे महत्त्वाचे ठरते. स्वत:चे वेळापत्रक, तर वेळेचा सदुपयोग आणि नियोजन केल्यास, कठोर परिश्रमाने आपण ध्येय प्राप्त करू शकतो. सर्वचजण कामे करतात मात्र काहीच यशस्वी होतात, शिखरावर जातात, यासाठी प्रख्यात विचारवंत लेखक शिवखेडा म्हणतात-

'जीतने वाले कोई अलग काम नही करते,
वे हर काम अलग ढंग से करते है''

आपणही वेगळ्या पद्धतीने कार्य केले, तर यशस्वी होऊ, शेवटी यशस्वी होण्यासाठी कठोर परिश्रम करावेच लागतात, नशिबावर विसंबून चालत नाही, एवढे मात्र खरे!

शेवटी एक शेर आठवतो...

'इन हाथों की लकिरों में,
नसीब को क्या देखते हो,
नसीब तो उनके भी होते है,
जिनके नसीब में हाथ नही होते ।'

○○○

१३. काय बोलू नये, हे तर कळावे

दंडे और पत्थरोंसे हड्डीयाँ टूट जाती है ।
लेकिन शब्दोंसे अक्सर रिश्ते टूट जाते है ।

भारताचा प्राचीन इतिहास खूप महत्त्वपूर्ण असून समाज जीवनात बऱ्याच गोष्टी त्यातून शिकता येतात. परंतु मानवी प्रवृत्तीच म्हणावी लागेल की, अनेक गोष्टी शिकता शिकता आयुष्य निघून जाते. मात्र त्या अंगवळणी पडत नाही. माणसाला बोलायला शिकण्यासाठी दोन वर्षे लागतात. पण काय बोलावे हे शिकण्यास पूर्ण आयुष्य निघून जाते.

आपल्या तोंडातून निघालेला एक योग्य शब्द इतिहास बनू शकतो, तर एक चुकीचा शब्द महाभारतही घडवू शकते. तेव्हा विचारपूर्वक बोलावे असे म्हटले जाते. भारताच्या अत्यंत पवित्र समजल्या जाणाऱ्या रामायण, महाभारत या अमूल्य धार्मिक ग्रंथात कोणी बोलताना वा वागताना काय चूक केली, त्याचे परिणाम काय झाले, हे नमूद केले आहे. तरीही आपण तशाच चुका वारंवार करीत असतो. कोठे, केव्हा, काय बोलावे आणि काय बोलू नये, हे अनेकांना कळत नाही. खरे तर एवढे समजले की आयुष्य जगणे सुकर होते. उपद्रव मूल्य संपते आणि अनेक वाद-विवाद, भांडणे, तंटे निर्माण होत नाही.

काय बोलायचे यापेक्षा काय बोलू नये हे कळणे जास्त महत्त्वाचे आहे. नुकतेच शंकराचार्य स्वामी स्वरूपानंद सरस्वती यांनी साईबाबा देव नाहीत, त्यांची पूजा करू नका, वगैरे वगैरे वक्तव्य करून संपूर्ण देशात खळबळ उडवून दिली आहे. यापूर्वी पंतप्रधान नरेंद्र मोदींनी प्रचारसभेत

शहिदांविषयी केलेले वक्तव्य, अकबरूद्दिन ओवेसी हैद्राबाद, प्रवीण तोगडीया यांचे वक्तव्य; तसेच महाराष्ट्राचाच विचार केला, तर राज ठाकरे यांचे प्रांतवादाचे वक्तव्य आणि उपमुख्यमंत्री अजितदादा पवार यांनी धरणात जलसाठा नाही, तेव्हा लघुशंकेबाबत केलेले वक्तव्य बहुचर्चित ठरली आहेत. वास्तविक कुणी काय बोलावे हा ज्याचा त्याचा प्रश्न आहे. पण त्यांनी योग्य ते बोलले पाहिजे. अनेकवेळा तोंडसुख घेण्यासाठी बोलले जाते, बरगळले जाते, बडबडले जाते आणि हे खूप सोपेही असते.

समाजात विखारी भाषणांद्वारे समाजाची घडी विस्कटविणाऱ्या राजकीय आणि धार्मिक नेत्यांविरुद्ध कठोर कायदेशीर कारवाई करण्याचे धैर्य सरकारने दाखवायला हवे, असे सरन्यायाधीश अल्टमस कबीर यांच्या खंडपीठाने म्हटले आहे. कोर्टाने असे कान टोचले तरी स्थिती मात्र सुधारत नाही, तर दोषींविरुद्ध कारवाईही होत नाही. उलट दोन्ही बाजूचे समर्थक एकमेकांसमोर उभे ठाकतात आणि सामाजिक शांतता भंग होते.

बोलताना भान ठेवायचे या आशयाच्या एका कवितेतील काही ओळी अत्यंत बोलक्या वाटतात त्या खालीलप्रमाणे—

'शब्द जपावा, शब्द पुजावा
शब्द पुसावा, बोलण्याआधी
घासावा शब्द, तासावा शब्द
तोलावा शब्द, बोलण्यापूर्वी
बोलावे मोजके, नेमके खमंग, खमके
ठेवावे भान देश, काळ, पात्राचे
शब्दांमुळे दंगल, शब्दांमुळे मंगल
शब्दांचे हे जंगल, जागृत राहावे ।'

माणसाने बोलताना थोडा तरी विचार करून बोलावे 'उचलली जीभ लावली टाळ्याला', असे कधीही अपेक्षित नसते. ज्या बाबी बोलण्याने कुणाचे हित होणार नसेल, तर त्या बोलू नये. अनेक वेळा तर सर्व काही सत्य सांगायचे नसते, अशी स्थिती असते. समाजात फक्त खळबळ, अराजकता निर्माण करून सर्वत्र अविश्वासाचे आणि हिंसेचे वातावरण तयार करणारे वक्तव्य करणे याला विकृतीच म्हणावी लागेल. खालच्या पातळीवरून बोलणे किंवा छापणे ही पण एक विकृती होय.

एखादी गोष्ट बोलायचीच असेल, तर बोलण्याची पद्धत व शब्दरचना व्यवस्थित असली पाहिले. एखाद्या व्यक्तीला वडिलांचे नाव विचारताना 'तुझ्या

मायच्या नवऱ्याचे नाव काय?' असे विचारणे कदापि योग्य ठरणार नाही, तर अनेकवेळा कठोर शब्द बोलायचेही असेल, तर ते व्यवस्थित बोलले पाहिजेत, म्हणूनच म्हणतात,

बात बेतुका हो मगर,
बात करनेका सलीखा चाहिएँ ।

बोलण्याच्या बाबतीत ब्रह्मकुमारीज्‌चे एक स्लोगन
'कम बोलो, धीरे बोलो, मीठा बोलो'
खूप महत्त्वाचे वाटते; तर बोलल्यानंतर विचार करणे हे पश्चात्तापाचे रूप आहे, बोलण्यापूर्वी विचार करणे हे ज्ञानी आत्माचे लक्षण आहे, असेही ते म्हणतात.

खरे पाहिले तर आपल्या ओठांचा आकार हा 'धनुष्यबाणा' सारखा असून यामधून निघणारा प्रत्येक शब्द 'तीरा' सारखा आहे, तेव्हा कोणीही घायाळ होईल, असे शब्दरूपी तीर सोडू नये, याचे भान ठेवणे गरजेचे झाले आहे. तेव्हा बोलताना आपल्या शब्दांत ताकत असली पाहिजे.

फक्त ओरडून बोलण्याने खोट्याचे खरे होत नाही, या आशयाचा एक शेर आठवतो...

'अपने शब्दों में ताकत डाले
आवाज में नही ।
क्योंकी फूल बारिशसे खिलते है
तुफानोंसे नही ।

○○○

१४. सुखी राहाणे आपल्याच हातात !

सर्वसाधारणपणे सर्वाधिक लोक गृहस्थी आहेत. गृहस्थी म्हणून राहाताना शांती, समाधान, चिंतामुक्त, सुखी राहाणे तसे कठीणच. मात्र सुखी होण्यासाठी प्रत्येकाची धडपड सुरूच असते. वास्तविक सुखाची व्याख्या ही व्यक्तिपरत्वे वेगवेगळी असते, तर प्रत्येकाचे सुखप्राप्तीचे मार्गही वेगवेगळे आहेत. मात्र खऱ्या अर्थानं सुखी कोण, सुख कोठून मिळते, ते कायम असते काय, सुख बाजारात उपलब्ध आहे का, सुख खरेदी करता येते काय, या व अशा अनेक प्रश्नांची उत्तरे 'नाही आणि नाही' असेच आहे.

सुख प्राप्तीसाठी विविध मार्ग शोधताना अनेकजण भरकटतात, चुकीचे मार्ग निवडतात, त्यामुळे कर्म बिघडते आणि अशांती, अपवित्रता, भ्रष्टाचार, अनैतिकता, ताण-तणाव, रोग वाढते असेच चित्र आहे. 'चिंता सोडा आणि सुखी व्हा' असे सांगणारे अनेक भेटतात, मात्र 'चिंता' सुटत नाही ती 'चिते' प्रमाणे जाळत राहाते, असाच अनेकांना अनुभव आहे. काही लोक वस्तूंमध्ये किंवा व्यक्तींमध्ये सुख शोधतात, हे काम, ही जबाबदारी पार पाडली किंवा हे प्राप्त झाले की सुखी होईल, असे म्हणतात, मात्र प्रत्यक्षात तसे झाल्यास काही क्षणापुरते आनंदी होतात, सुखी मात्र होत नाहीत. त्यांना कायमस्वरूपी सुख प्राप्त होत नाही. उलट ते चिंतेत असतात.

'चिंता से चतुराई घटे,
दु:ख से घटे शरीर ।
पाप से लक्ष्मी घटे

कह गये दास कबीर ।'

असा दोहा म्हटला जातो, तर हा दोहा सद्य:स्थितीत उलट होतो आहे असे मानणारेही लोक आहेत.

चिंता से चालाखी बढे,
दुःख से करे दादागिरी
पाप से लक्ष्मी बढे
चल रही है चमचागिरी'

मात्र यानेही सुखाची प्राप्ती होत नाही.

वास्तविक सुख प्राप्तीसाठी शेवटी अध्यात्मकडे मोठ्या आशेने पाहिले जाते. तर येथेही तुमचे सुख तुम्हीच प्राप्त करू शकता, सुखी होण्यासाठी काही नियम, आचार-विचार पाळावे लागतात आणि सुखी होणे हे तुमच्याच हातात असल्याची शिकवण अध्यात्म देते. शेवटी सुखी होण्याचे मार्ग कोणीही सांगितले तरी त्या मार्गावर चालणे एवढे, तर आपले आपल्यालाच करावे लागेल आणि आपण या मार्गावर चालायला लागलो की इतरही हा मार्ग निवडतील. एक शायर म्हणतो,

'काफीला तो यकीनन बनता जायेगा,
लेकिन चलने की इफ्तता तो हमे करनी पडेगी ।'

मला जे मिळाले आहे ते खूप मिळाले आहे, मला मिळाले किंवा मिळत आहे तेवढेही हजारो हजारोंना मिळत नाही, ही भावना ठेवणे सुख प्राप्तीसाठी आवश्यक आहे. कोणत्याही भौतिक वस्तूत सुख नाही, ती साधने आहेत, शांती, पवित्रता, समाधान यानेच सुख मिळविता येते आणि हाच आत्म्याचा गुणधर्म आहे, तेव्हा आपण आपले विचार आणि पाहण्याचा दृष्टिकोन बदलत नाही तोपर्यंत सुखी होऊ शकत नाही.

एका माहात्माने तर...

'आदमी अपने दुखों से उतना दुखी नही है ।
जितना औरोंके सुख देखकर दुखी होता है ।'

असे म्हटले आहे.

वास्तविक दुसऱ्याचे सुख पाहू न शकणारी ही वृत्तीच सुखी होऊ देणार नाही. अनेक लहानसहान बाबींवर नाराज होणे, संतप्त होणे. इतरांना स्वत:सारखे कुशल समजणे आणि प्रत्येकाने आपल्या मनासारखे केलेच पाहिजे असा आग्रही स्वभाव ठेवणे, नकारात्मक विचार ठेवणे त्यामुळे चिंता, भीती, दडपणात वावरणे आदींमुळे आपण कधीही आनंदी, समाधानी आणि सुखी होऊ शकत नाही. या उलट जे

मिळाले त्यात आपण आनंदी, सुखी आणि समाधानी आहोत, असे वारंवार सांगत राहाणे, हीच बाब आपणास 'लॉ ऑफ अट्रॅक्शन' आकर्षणाच्या नियमानुसार सुखाच्या अनेक बाबी आपणाकडे आकर्षित करेल. रडल्याने काहीच होणार नाही, जे समोर आहे ते सहर्ष स्वीकारणे, परिस्थिती समजून त्यातही सुखी राहण्याचा आपला स्वभाव प्रयत्नपूर्वक तयार करणे, घासातून घास देणे अर्थात गरजूंना मदत करणे म्हणजे आपण सुखी होऊ, कारण घेण्यापेक्षा देण्यामध्ये जास्त आनंद होतो, एवढे मात्र खरे.

आपणास कोणीही बाहेरून काही देऊन सुखी करू शकत नाही. आपणच स्वत: सुखी होऊ, जगात आपण सुखी आहोत असे मानणारेच सुखी व समाधानी आहेत, तेव्हा आपण सुरुवात करू या, हे सांगण्याची की, मी सुखी आहे.

शेवटी आपणास आवश्यक तेवढेच मिळाले पाहिजे, या आशयाचा एक शेर आठवतो...

''मेरी औकात से बढकर,
मुझे कुछ न देना मेरे आका ।
क्योंकी जरुरत से ज्यादा रोशनी,
इन्सान को अंधा बना देती है ।''

ooo

१५. जग आले मुठीत...

'कर लो दुनिया मुठ्ठी में' असे सांगणाऱ्या उद्योजक अंबानीच्या म्हणण्यानुसार आता मोबाईलमुळे संपूर्ण जग मुठीत आले आहे. हे जरी खरे असले तरी मोबाईलमुळे अनेकांचे 'जीव' मुठीत आले आहे, असे चित्र दिसून येत आहे.

जगातील पहिला मोबाईल फोन मोटोरोला कंपनीच्या मार्टिन कपूर या व्यक्तीने १९७३ साली विकसित केला व वापरून दाखविला. आता मात्र एका छोट्याशा मोबाईलमधून सर्व काही करता येणे शक्य झाले आहे, तुम्ही मोबाईलमुळे हरवत नाही हा एक महत्त्वपूर्ण लाभ असला, तरी मोबाईल ही आता गरजेची वस्तू झाली आहे. संभाषणखेरीज इंटरनेट न्याहाळणे, लेखी लघु संदेशची (मेसेज) देवाणघेवाण, गाणी ऐकणे, फोटो काढणे, रेडिओ ऐकणे, नकाशा वापरणे, रेल्वे तिकीट काढणे, रिझर्व्हेशनची चौकशी, रेल्वे गाडीची स्थिती पाहाणे व इतरही अनेक कामे मोबाईलवर होत आहेत. सुमारे ७०० कोटी लोकसंख्येच्या या जगात कोट्यवधी लोक विविध कंपन्यांचे मोबाईल वापरत आहेत. मोबाईल ही प्रायव्हेट, गोपनीय वस्तू झाली आहे. यामधील फोटो, मेसेज, संपर्क क्रमांक दुसऱ्याला कळू नये, आपण उघडे पडू ही भीतीही काही लोकांना सतत वाटते. मोबाईलच्या गैरवापरामुळे जीव पण धोक्यात आले आहेत.

मोबाईलच्या वापरामुळे सुमारे १६ वस्तूंचा वापर संपुष्टात येत आहे. मोबाईलमुळे घड्याळ, कॅमेरा, कॅलक्युलेटर, मेसेज (टेलिग्राम), टेलिफोन डायरी, ग्रीटिंग्जस, पत्रव्यवहार, व्हीडीओ, चित्रपट, टेप रेकॉर्डिंग,

वॉकमन, व्हीडीओ गेम आदींचा वापर अत्यंत कमी झाला आहे. एक गरजेची व बहुउपयोगी वस्तू म्हणून मोबाईलची विक्री लाखोने रोज होत आहे. आजच्या जमान्यात मोबाईलशिवाय जगणे अशक्य समजले जात आहे. प्रत्येक कुटुंबात वेगवेगळे कपडे, चष्मा तसा वेगळा आणि स्वतंत्र मोबाईल वापरला जात आहे.

तरुणवर्गात मोबाईलची एक नवीन संस्कृती असून याची भाषा, मेसेजचे शॉर्ट कट, चिन्हांचे अर्थ, संकेत वेगळेच आहेत, प्रत्येक वस्तूचा उपयोग व दुरुपयोग असतोच. त्याप्रमाणे मोबाईलचा ब्लॅक मेलिंगसाठी वापर, अश्लीलतेसाठी वापर आणि गुन्हेगारीसाठीही वापर होत आहे. यामुळे सायबर क्राईमचे गुन्हे वाढले आहेत. तरीही मोबाईल बहुउपयोगी आहे. क्षणभर मोबाईल दिसला नाही तरी अस्वस्थ होणारे जसे आहेत तसेच मोबाईल हातात असला की भान हरपणारेही आहेत. त्यामुळे अमेरिकेत सार्वजनिक ठिकाणी मोबाईल वापरताना पाळावयाची नियमावली बनविण्यात आली आहे.

मोबाईलमुळे एक मोठे नुकसान होत आहे. निर्णयक्षम व्यक्ती तयार होत नाही, सद्य:स्थितीत काहीही निर्णय घ्यायचा म्हटले की, लावा मोबाईल, असेच झाले आहे. परिणामी निर्णय घेण्याची गरज खालच्यांना राहिली नाही, तर उद्या निर्णय देणारी व्यक्ती नसली की, योग्य निर्णय घेण्याच्या अडचणी निर्माण होतील, असे म्हणतात, आज निर्णय चुकला तर उद्या बरोबर घेता येईल, मात्र निर्णय न घेणे सर्वांत घातक ठरते, मोबाईलमुळे नेमके हेच होत असून निर्णय न घेणारी किंबहुना विचारूनच निर्णय घेणारी पिढी तयार होत आहे.

मोबाईल डाव्या कानाला लावून बोलावे, हळू आवाजात बोलावे, रुग्णालये व कोर्ट तसेच मंदिरे व इतर महत्त्वपूर्ण ठिकाणी रिंग वाजू देऊ नये, दुचाकीवर मोबाईल घेऊ वा बोलू नये, मोबाईल चार्जिंगला असताना बोलू नये, बॅटरी जास्त चार्ज करू नये ती फुटण्याची शक्यता असते, या व इतर अनेक बाबी मोबाईलधारकांना शिकविणे गरजेचे झाले आहे. दुचाकीवर मोबाईल वापरल्याने अनेकांना अपघाती मृत्यू झाला आहे. अनेक वाहनधारक 'ईयर फोन' लावून तसेच मान वाकडी करून कानाला मोबाईल लावून बोलत वाहन चालवितात त्यामुळे पाठीमागच्या वाहनाचा हॉर्नचा आवाज ऐकू येत नाही आणि अपघात घडतात, तर वाहनेही स्लीप होतात.

मोबाईलमुळे त्रास होतो असा सूर निघू लागला आहे. मात्र मोबाईल नाकारून चालू शकत नाही असा पक्का समजही झाला आहे. तेव्हा मोबाईल ही सुविधा आहे, वस्तू आहे, ती पण आपल्यासाठी आहे, आपण मोबाईलसाठी नाही, हे समजून घेऊन मोबाईलचे व्यसनाधीन होऊ नये, मोबाईलच्या आहारी जाऊ नये,

हे महत्त्वाचे ठरते.

शेवटी हे कुणीतरी बोललेच पाहिजे, या अर्थाने एक शायर आपली जबाबदारी आहे, असे सांगताना म्हणतो...

'मै आईना हूँ
मेरी अपनी जिम्मेदारी है ।
जिसे कबूल न हो,
वो सामनेसे हट जाऐ ।'

○○○

१६. विश्वास ठेवलाच पाहिजे

'पतझड के बाद
दिन आते है बहार के,
जीना क्या?
जीवन से हार के'

समाजात, कुटुंबात राहाताना काही बाबी नेहमी सोबत घेऊन चालाव्या लागतात. त्यामध्ये प्रमुख आहे 'विश्वास'. 'विश्वास' हा छोटासा शब्द जगणे शिकवितो, ओळख निर्माण करतो, अनेक नातेवाईक व लोकांबद्दल आपल्या मनात व त्यांच्या मनात प्रतिमा तयार करतो, तर आपण काय आहेत हे पण दर्शवितो. 'माणूस विश्वासू असलाच पाहिजे' ही साधी अपेक्षा सर्वत्र व्यक्त केली जाते. अनेकवेळा परिस्थिती बदलानुसार ही अपेक्षा फोल ठरते, मात्र त्यावेळी 'तो' विश्वासू नाही हा शिक्का लागतो, तर काही वेळा 'विश्वासघात' करणाऱ्या व्यक्ती अनुभवास येतात, तेथे मात्र 'जो दुसऱ्यावर विसंबला त्याचा कार्यभाग बुडाला' ही म्हण आठवते. शेवटी आपणच चुकलो, त्याच्यावर विश्वास ठेवला, असे म्हणत पश्चात्तापही होतो.

विश्वास हे विविध वस्तूंशी, व्यक्तींशी, अन्य प्राण्यांशी, विचारप्रणालींशी, मूल्यांशी, तत्त्वांशी जोडणारे भावनात्मक नाते आहे. 'त्या' माणसाच्या प्रामाणिकपणावर माझा विश्वास आहे', 'तुम्ही निश्चितपणे विजयी व्हाल, असा मला विश्वास वाटतो,' अशी वा अशा प्रकारची विधाने दैनंदिन जीवनात आपण अनेकदा ऐकतो. त्यांचा आशय लक्षात घेतला, तर 'विश्वास' या शब्दाचा अर्थ 'खात्री' असा पण होतो. वास्तविक 'उम्मीद पे

दुनिया कायम है' असे म्हणणाऱ्यांचाही यावर विश्वासच असतो. मूल जन्माला आल्यापासून 'विश्वास' हा भाग सुरू होतो. अमुकच तुझे वडील आहे, हा आईने दिलेला विश्वास असतो. कुटुंबात विश्वास ठेवूनच सर्व चालत असतात. नंतर शाळेत शिक्षकांवर, नोकरीत वरिष्ठांवर, संसारात पती-पत्नीवर, व्यापारात इतर व्यापारी व ग्राहकांवर, पक्षाच्या कार्यकर्त्यांचा नेत्यांवर, नेत्यांचा कार्यकर्त्यांवर व मतदारांवर, जनतेचा प्रशासनावर व शासनावर अशी लांबलचक यादी विश्वासावर आधारित आहे.

विश्वास निर्माण करणारे काही घटक व्यक्तिमनाच्या बाहेरचे, तर काही व्यक्तिमनातले असतात. व्यक्तिमनाच्या बाहेरचे जे घटक असतात, त्यात निरनिराळ्या स्त्रोतांपासून मिळालेली माहिती महत्त्वाची असते. दूरदर्शन, नभोवाणी, वर्तमानपत्रे यांसारख्या प्रसारमाध्यमांतून जे संदेश पुन: पुन्हा दिले जातात, ते त्यांच्या प्रभावी सूचनक्षमतेमुळे त्यांच्यावरील विश्वास उत्पन्न करतात. उदाहरणार्थ, दूरदर्शनवरील विविध उत्पादनांच्या जाहिराती, त्या पाहून ती उत्पादने अत्यंत दर्जेदार आणि खात्रीलायक गुणवत्तेची असली पाहिजेत, असा विश्वास कित्येकांच्या मनात निर्माण होऊ शकतो. तसेच वर्तमानपत्रांतून प्रसिद्ध झालेली वृत्तेही शंभर टक्के विश्वसनीय म्हणून अनेक लोक स्वीकारीत असतात. विश्वासाची मोठी परंपरा आणि जीवनात जगण्यासाठी विश्वास आवश्यक असताना काही वेळा वैयक्तिक व क्षणिक स्वार्थासाठी या विश्वासाला तडा दिला जातो. त्यालाच आपण 'विश्वासघात' असे म्हणतो.

कुटुंबात, समाजात, राज्यात व देशात स्वत:कडे काही अधिकार आले की, त्याचा वैयक्तिक फायदा घेण्याच्या स्वार्थीवृत्तीमुळे विश्वासघात केला गेल्याची शेकडो उदाहरणे आहेत. तशीच विश्वास सार्थक केल्याची लाखो उदाहरणे आहेत. मात्र विश्वास सार्थक केला, विश्वासार्हता ठेवली यापेक्षा जास्त चर्चा 'विश्वासघाता'चीच होते, कारण विश्वासघात अपेक्षित नसतो.

प्रत्यक्ष अनुभवामुळेही विश्वास निर्माण होतो. एखाद्या व्यक्तीच्या प्रामाणिकपणावरील इतरांचा विश्वास हा त्या व्यक्तीच्या प्रामाणिकपणाचा नेहमीच अनुभव येत गेल्यामुळे निर्माण झालेला असतो. अशा व्यक्तींनी पुरविलेल्या माहितीवरही विश्वास टाकला जातो. तथापि कधीकधी वृत्त पुरविणारी व्यक्ती वा माध्यम खात्रीलायक नसतेही. परंतु त्यापासून मिळालेली माहिती ज्यांच्या सोयीची असते, त्यांचा तिच्यावर त्वरित विश्वास बसतो.

कुणावरही विश्वास ठेवू नये याचा अर्थ सर्वांवरच विश्वास ठेवू नका, असा होत नाही, तर खात्री करून किंवा थोडा विचार करून विश्वास ठेवा, असाच काढायला हवा. विश्वास न ठेवता आपण जगूच शकणार नाही. साध्या साध्या गोष्टीतही विश्वास

ठेवावाच लागतो.

विश्वासाशिवाय काहीच चालू शकत नाही. पोलिसांप्रती समाजाचे, तर सैन्याप्रती देश रक्षणाचा विश्वास असतो. काही लोक याला 'कर्तव्य' असे म्हणतात. ते त्यांचे कर्तव्यच आहे आणि त्यांनी पार पाडले पाहिजे, असेही म्हणतात. मात्र शेवटी जो तो आपले 'कर्तव्य' पार पाडेलच हा विश्वास ठेवावाच लागतो. पूर्वी कुटुंब, समाजच नव्हे, तर थोर नेत्यांच्या म्हणण्यावर देशाभिमानासाठी विश्वास व्यक्त केला जात असे. तत्कालीन पंतप्रधान लाल बहादूर शास्त्री यांनी सांगितले होते, 'देशामध्ये अन्नधान्याची कमतरता आहे, तेव्हा सर्व देशवासीयांनी सोमवारचा उपवास करावा' त्यावेळी या शब्दांवर विश्वास ठेवून लाखो नागरिकांनी सोमवारचा उपवास मरे पर्यंत धरला.

सद्य:स्थितीत विश्वासू लोक राहिले नाही, जेथे विश्वास ठेवला तेथे विश्वासघात झाला व इतरही अनेक नकारात्मक बाबींने विश्वास गेल्याचे सांगण्यात येत असले तरी विश्वासाशिवाय काहीच चालू शकत नाही, हे सत्य समजून घेतले पाहिजे.

विश्वसार्हता वाढेल असेच वर्तन समाजाला संघटित करण्यासाठी व टिकविण्यासाठी काम करते. जीवनात बरे- वाईट अनुभव येतात. मात्र विश्वासघातकी वाईट अनुभव हे अपवादात्मक असतात आणि अपवाद हे नियम होत नाही. अनेक वेळा विश्वास ठेवण्यावाचून पर्यायही नसतो. मात्र विश्वास ठेवण्यापूर्वीच नकारात्मक भाव ठेवणे, हे कदापि योग्य नसते.

सर्व व्यवहार हे विश्वासावर चालतात, तर जेथे विश्वास संपला तेथे सर्व काही संपले असेच समजले जाते. तेव्हा इतरांवर आणि स्वत:वर विश्वास ठेवलाच पाहिजे, आणि तो प्रयत्नपूर्वक वृद्धिंगत केला पाहिजे.

स्वत:वर विश्वास ठेवावा या अर्थाने एक शायर म्हणतो,

'वो खुद नुमाईश पे, कैसा यकीन रखता है ।
अरे नही है हात, मगर आस्तिन रखता है ।'

ooo

१७. हक्क समजतात मात्र कर्तव्य नाही

जन्मानेच माणूस काही हक्क घेऊन येतो, नंतर जसजसे वय वाढते तसतसे अधिकचे हक्क समजायला लागतात. मात्र आपल्या सर्वांना हक्क कळतात तसे कर्तव्य कळत नाही, असा प्रश्न उपस्थित होतो.

जगाच्या पातळीवर, देशाच्या आणि राज्याच्या तसेच गावपातळीवर आपले हक्क आहेत. तसेच सामाजिक, कौटुंबिक व व्यक्तिगत स्तरावरही आपले काही हक्क आहेत, यामध्ये दुमत असण्याचे कारण नाही.

जागतिक पातळीवर पाहिले, तर फ्रान्सच्या राज्यक्रांती आणि त्यानंतर व्यक्तिस्वातंत्र्याचा व नागरिकांच्या हक्कांचा जाहीरनामा (१७८९) हा महत्त्वाचा टप्पा होता. या क्रांतीमागे मानवी हक्कांची प्रेरणा होती, तर भारताच्या संविधानात अंतर्भूत झालेल्या मूलभूत अधिकाराचीही तीव्र प्रेरणा होय. यातूनच १९२६ मध्ये गुलामगिरीची प्रथा नष्ट झाली. संयुक्त राष्ट्रसंघाने मानवी हक्कांना प्राधान्य दिले. कलम ५५ प्रमाणे लोकांचे राहणीमान वाढविणे, सर्वांना रोजगार, सामाजिक व आर्थिक विकास घडवून आणणे, ही संयुक्त राष्ट्राची उद्दिष्टे आहेत, तर भारतीय संविधानाने समाजातील दुबळे घटक, स्त्रिया व अल्पसंख्य यांच्याबाबत विशेष जबाबदारी शासनावर टाकली आहे. ही जबाबदारी शासन कशी पार पाडत आहे, याबाबत सर्वत्र चर्चा होते, मात्र साध्या साध्या बाबतीत कुटुंबात व समाजात आपण आपली अनेक कर्तव्य पार पाडत नाही त्याचे काय?

प्रत्येक बाबतीत आपले हक्क आपणास कळतात, आपल्या हक्कासाठी बोंबलणे, आंदोलने करणे, कोर्टात जाणे, जात पंचायतकडे जाणे, हक्कांसाठी

मिळेल तेथून न्याय मागणे हे सर्व आपल्याला कळते. वेळप्रसंगी घरात, कुटुंबात, समाजात व प्रशासन आणि शासन यांच्याशी हक्कांसाठी आपण भांडतो. हक्कांसाठी संघटित होतो, आपल्या हक्कांची जाणीव करून देणारे, व्यक्ती व संघटनाही भांडतात, परंतु नाण्याच्या दुसऱ्या बाजूप्रमाणे हक्काची दुसरी बाजू कर्तव्य व जबाबदारी आहेत त्याचे काय? आपण प्रामाणिकपणे आपले कर्तव्य पार पाडतो काय? कुटुंब, ज्येष्ठ नागरिक, समाज, संस्था, देश यांच्या बाबतीत आपल्याला कर्तव्याची जाण असते काय? आणि आपण कर्तव्य पार पाडीत नाही याची शिक्षा काय आणि ती शिक्षा कोण देणार? आपण कर्तव्य आणि जबाबदारी टाळण्यात जास्त पटाईत झालो आहोत, हे तेवढेच सत्य आहे. दुसऱ्या शब्दांत आपल्याला स्वार्थ कळतो, परंतु अध्यात्माने शिकविलेला माणुसकीसाठीचा परमार्थ कळत नाही. जवळच्या लोकांकडून कर्तव्याचे पालन होत नाही, तेव्हा मात्र जे दु:ख होतं, ते सहन होत नाही आणि बोलताही येत नाही असेच असते.

या आशयाने एक शायर म्हणतो

'देखा है जिंदगी को कुछ इतने करीब से ।
तमाम चेहरे लगने लगे है अजीब से ।'

आपण सार्वजनिक ठिकाणी ठेवायची शिस्त व पाळायची कर्तव्य पार पाडत नाही. आपणास ठिकठिकाणी 'येथे थुंकू नका, घाण करू नका, धूम्रपान करू नका, येथे लघवी करू नये' मोबाईल बंद ठेवा, हॉर्न वाजवू नका, इत्यादी फलक दिसून येतात. या सर्व सूचना म्हणजे 'आपले कर्तव्य पार पाडा' असेच सांगणे होय. कर्तव्य पार पाडण्यासाठी स्वयंशिस्त महत्त्वाची ठरते आणि शिस्त ही व्यक्ती, संस्था व राष्ट्र यांना मोठी करते, तेव्हा कर्तव्यपालन करणे अधिक गरजेचे ठरते.

हक्कांची जाणीव करून देणे, हक्कांसाठी पेटवून देणे हे अनेकांसाठी फार सोपे असते, मात्र हक्कांसोबत आपले कर्तव्य पार पाडा हे सांगणे त्यांच्या लोकप्रिय करण्याच्या प्रकारात बसत नाही म्हणून कर्तव्य त्यांना पार पाडा, हे सरासरी कोणी म्हणत नाहीत; आणि एखादा भेटला तर 'आम्हास शिकवू नका' असे बोलण्यास आपण धन्यता मानतो, कारण हक्क आणि अधिकार हे शब्द लोभसवाणे, आकर्षक, आपला स्वार्थ जागृत करणारे आहेत, तर कर्तव्य आणि जबाबदारी हे शब्द सेवा, त्याग, शारीरिक श्रम व्यक्त करणारे आहेत आणि आता सेवा, त्याग, श्रम कसे टाळता येईल हेच प्रामुख्याने बघितले जात आहे.

काही कर्तव्य पार पाडण्यासाठी काही पद मिळणे गरजेचे ठरते, परंतु त्या त्या पदावर विराजमान असलेली व्यक्ती आपले कर्तव्य प्रामाणिकपणे पार पाडत

नाहीत, असाच अनुभव मोठ्या प्रमाणात येतो आहे. कर्तव्य पार पाडण्यासाठी आत्मपरीक्षण केल्यास अधिक चांगल्या पद्धतीने कुटुंबात व समाजात आपण कर्तव्य पार पाडू शकतो. कर्तव्य एक चुंबक आहे, ज्याच्याकडे आकर्षित होऊन अधिकार चालत येतात.

छोटी छोटी कर्तव्य करून आपण इतरांना आनंदी करू शकतो. मात्र आपणास द्यायच्या ऐवजी घ्यायचेच जास्त कळते, तिथेच हा गोंधळ होतो आणि हक्क, अधिकार सोबतच कर्तव्य, जबाबदारी पण येते, ती पूर्ण केली पाहिजे हे आपण सपेशल विसरतो, एवढे मात्र खरे!

कर्तव्य, जबाबदारीची धूळ आपल्या चेहऱ्यावर असताना आपण हक्काची सफाई करण्यासाठी निघालो, असा आशयाचा अर्थ व्यक्त करणारा एक शेर आठवतो...

'उम्र भर एक खता,
हम बार बार करते रहे ।
धूल थी चेहरे पर,
और आईना साफ करते रहे ।'

OOO

१८. राजकारणातील चीड आणणारे 'राज-कारण'

वो हाथ जो आये थे, भीख माँगने वोटो की,
तख्त मिलते ही, देखो तलवार हो गए,
मजहब के नाम पर, नारे लगा लगा कर,
इन्सा इन्सा के बीच, दीवार हो गये ।

सद्य:स्थितीत सर्वत्र आधुनिक राजकारणाचीच चर्चा प्रामुख्याने होत आहे. निवडणूक म्हटले की राजकारण विषय राहणारच, मात्र राजकारणाचे आजचे चरित्र्य पाहिले तर पातळी खूप खालावली आहे, अर्थात राजकीय नेत्यांची, कार्यकर्त्यांची, पर्यायाने मतदारांचीही पातळी किती राहिली आहे? हा प्रश्नच आहे..

समाज जीवनात आदर्श घेता येतील असे काही नेते सोडले तर कुणीही आपले आदर्श घ्यावे असे वागणेच बहुसंख्य नेत्यांनी सोडले आहे, असे म्हणावे लागेल. जे थोडे फार आदर्श ठेवून आहेत, ते कशाला राजकारणात आले, त्यांचा राजकारणात सत्यानाश होईल असे बोलले जाते. अर्थातच चांगल्या लोकांचे राजकारण हे क्षेत्र नाही असा सल्ला सर्रास दिला जातो. तर चांगले लोक राजकारणात आल्याशिवाय राजकारण चांगले होणार नाही, असेही म्हटले जाते.

राजकारण म्हणजे खुर्चीसाठी, सत्तेसाठी अर्थात सत्ता सुंदरीसाठी वाट्टेल ते करणे, खोटे बोलणे, आश्वासने देऊन न पाळणे, अपमानित

करणे, अपमान सहन करूनही हसत राहाणे, स्वार्थ साधणे, नैतिकता, नीतिमत्ता, वैचारिकता, पवित्रता आदी न पाळताही आपणच हे सर्व पाळत असतो, हे दाखविण्याचा प्रयत्न करणे, घराणेशाही चालविणे, असेल नसेल तेवढे गैरप्रकार करून उपदेशाचे डोस पाजणे, आदी म्हणजे राजकारण, अशी नवीन व्याख्या रूढ होत आहे. राजकारणात सर्व काही चालतं, राजकारणात कधीही काहीही होऊ शकते, राजकारणात कोणीही कायमचा मित्र किंवा शत्रू नसतो, शेवटी राजकारण ते, त्यात असे चालणारच, असे सांगून प्रत्येक अनैतिक गोष्टींचे समर्थनच सर्वांकडून केले जाते. हे सर्व करण्याचे तसेच आयाराम-गयाराम प्रकाराने पटापट पक्ष बदलण्याचे प्रकार म्हणजे सत्ता, खुर्ची प्राप्त करण्यासाठी किंवा आपली संस्था, आपले काम व वैभव टिकवून ठेवण्यासाठी केलेले प्रयत्न होय.

समाजजीवनात आदर्श घेता येतील असे काही नेते सोडले, तर कुणीही आपले आदर्श घ्यावे, असे वागणेच बहुसंख्य नेत्यांनी सोडले आहे, असे म्हणावे लागेल. जे थोडे फार आदर्श ठेवून आहेत, ते कशाला राजकारणात आले, त्यांचा राजकारणात सत्यानाश होईल असे बोलले जाते. अर्थातच चांगल्या लोकांचे राजकारण हे क्षेत्र नाही असा सल्ला सर्रास दिला जातो, तर चांगले लोक राजकारणात आल्याशिवाय राजकारण चांगले होणार नाही, असेही म्हटले जाते. राजकारणात मुरलेल्या नेत्यांचे वागणे हे विचित्र असते. स्वार्थ साधून कमाई, घराणेशाही करताना समर्थकांचा वापर करावा, कार्यकर्त्यांना वेळोवेळी जवळ आणि दूर लोटावे, मतदारांना भावनिक करावे, त्यांना भुरळ पाडावी, 'मी तुमचाच आणि हक्काचाच' असे पटवून देत वेळ मारून न्यावी, अनेक वेळा नागरिकांना, कार्यकर्त्यांना त्यांच्या कामासाठी संबंधितांना पत्र द्यावे आणि लगेच 'त्या' संबंधित अधिकाऱ्यांला फोन करून 'ते पत्र दिले, मात्र काम पेंडिंग ठेवा, करू नका,' असे सांगावे, दुसरीकडे कार्यकर्ते व पक्ष चालविणे किती कठीण आहे, असे बोलत राहावे, त्यासाठीच भ्रष्टाचार करावा लागतो, असे सांगणे, निवडणुका महाग व प्रचंड खर्चीक करणे, दरम्यान कार्यकर्त्यांची आपसात भांडणे लावून देणे, महापुरुषांच्या पुतळ्यांची विटंबना घडवून आणणे, दंगल घडविणे, जातीय तेढ निर्माण करणे आदी कितीतरी प्रकार काही नेते करीत असतात. त्यामुळेच त्यांच्या बाबतीत 'दुरून डोंगर साजरे' असेच म्हटले जाते.

विशेष म्हणजे जवळचे कार्यकर्तेही या सर्व बाबी जाणून असतात, ते पण दूरच्या कार्यकर्त्यांसोबत थोड्या फार प्रमाणात असेच वागत असतात आणि नेत्यांवर प्रेम करणारे नवीन, प्रामाणिक, काहीही करण्याची तयारी ठेवणारे समर्थक कार्यकर्ते मात्र आपली जबाबदारी पार पाडीत असतात. कालांतराने त्यांनाही हे सर्व कळते,

समजते तेव्हा ते पण असेच करण्यात सहभागी होतात, किंवा राजकारण क्षेत्रच सोडून देतात. दरम्यान नवीन मतदार कार्यकर्त्यांची राजकारणात भर पडते आणि उपरोक्त गैरप्रकाराचा कार्यक्रम असाच अखंडपणे सुरू राहातो.

नेते खूप कमवितात, त्यांची शेती, प्रॉपर्टी, संपत्ती वाढत राहाते, निवडणूक आली की त्यांना कार्यकर्ते दिसतात, आंदोलने, भांडणे, निदर्शने, मोर्चामध्ये गुन्हे दाखल होणे व इतरही नुकसान नेत्यांचे नव्हे, तर समर्थक व कार्यकर्त्यांचेच होते, आदी बाबी कार्यकर्ते समजून असतात, वेठीस धरतात, पैसे उकळतात, खोटे खर्च दाखवितात, पार्ट्या घेऊन मजा करतात, तर संबंधित नेतेही या सर्व प्रकारांकडे इलाज नाही म्हणून कानाडोळा करतात, आणि 'अडला नारायण गाढवाचे पाय धरी' असे सांगून असमर्थता दाखवित असतात. दुर्दैवाने उपरोक्त सर्व प्रकारांना 'राजकारण' असेच म्हणतात.

राजकीय पक्षांच्या विचारधारेशी जुळलेले पारंपरिक मतदार ही एक मोठी 'पुंजी' बड्या व छोट्या राजकीय पक्षांजवळ असते. वरिष्ठ पातळीवर युती-आघाडी जोडणे-तोडणे, कोणत्याही विचारधारेच्या लोकांना सरसकट पक्षात प्रवेश देणे, यामुळे ते दुखावत असतात. उमेदवार कोणीही असो याच्याशी त्यांना घेणे-देणे नसते, फक्त पक्ष, त्याची विचारसरणी, ध्येय-धोरणे एवढेच ते बघत असतात व मतदार करीत असतात. याव्यतिरिक्त राजकारणातील गैरप्रकार पाहून तीन प्रकारचे मतदार आपले वेगवेगळे मत बनवित असतात. अनेक सुज्ञ मतदार तर राजकारणाकडे दुर्लक्षच करतात, सर्वच चोर आहेत, राजकारणाचा धंदा झाला आहे, आपले ते काम नाही, असे सांगून चर्चा टाळतात. मतदान करणे टाळतात व राजकारणाला घाबरून राहाणे पसंत करतात तर 'दुर्जनं प्रथम वंदे' असे सांगून हसतमुखाने 'हात जोडो, पिच्छा छोडो' असे वागत राहातात.

दुसऱ्या प्रकारातील लोक व मतदार हे टपूनच असतात, निवडणूक आली की नेत्यांना व सक्रिय कार्यकर्त्यांना खरी-खोटी सुनविणार, प्रतिक्रिया देणार, खोचक बोलणार, पुन्हा स्वत:ला, समाजाला, गटाला महत्त्व प्राप्त करून घेऊन काही आश्वासने मिळवणारे, काही रस्ते, मंदिराची सार्वजनिक स्वरूपाची काही कामे करवून घेणारे, एक प्रकारे वेळ पाहून, अडवून घेऊन काम करवून घेणारे आणि काम झालीत म्हणून प्रामाणिकपणे मते देणारे मतदार असतात.

तिसऱ्या प्रकारातील मतदान हे निवडणूक म्हणजे मजा, धामधूम, कमाईची संधी म्हणून बघणारे, कोण किती आणि काय जास्त देतो, तर कोण-कोण पैसे देऊ शकतो, दारू, पार्ट्या देऊ शकतो हे पाहून क्षणिक लाभ घेणारे, हातात धान्य घेऊन

मतदानाची शपथ घेणारे, 'जिधर बम उधर हम' असे सांगणारे मतदार व कार्यकर्ते असतात. त्यांची गठ्ठा मते व मतदानाची ज्यादा टक्केवारी अनेक वेळा निर्णायक ठरत असते, असे हे निवडणूक जिंकून देणारे भ्रष्ट मतदार असतात.

शेवटी राजकीय नेता म्हणजे सर्वांना खुष ठेवण्याचा प्रयत्न करीत आपले स्थान, आपले प्रस्थ जमवून ठेवणे, जातीय राजकारण करणे, आपल्या पदासाठी पक्षात दुसरा कोणी स्पर्धक निर्माण होऊ न देणे, वरिष्ठ पातळीवर नेत्यांना खुष ठेवून मोठे मंत्रिपद, महामंडळाचे पद मिळवत राहाणे, घरातील भाऊ, पत्नी, पुत्र, पुतण्याला, आपल्या राजकीय वारसदारांनाही राजकारणात प्रस्थापित करणारा असा असतो, अशी व्याख्या तयार होत आहे, तर या सर्व प्रकाराला आजचे खरे राजकारण म्हणतात.

अखेर राजकारणातील हे सर्व प्रकार नेत्यांना, कार्यकर्त्यांसह सर्वांनाच चीड निर्माण करणारे असून एक सिस्टिम (व्यवस्थेचा भाग) म्हणून याकडे पाहिले जात आहे. या प्रथेला विरोध केला, तर आपणच मागे पडू असे आज प्रत्येकाला वाटत आहे. शेवटी राजकारणात 'जो जिंकला, तो सिंकदर' असेच असते; मात्र दुसरीकडे मतदारांना मतदानाचे पवित्र, राष्ट्रीय कार्य, अधिकार व कर्तव्याची आठवण करून दिली जात आहे. या विरोधाभासालासुद्धा राजकारणच म्हणतात.

शेवटी राजकारण स्वच्छ व्हावे, गुन्हेगारांना, भ्रष्टाचाऱ्यांना, चुकीच्या लोकांना स्थान मिळू नये यासाठी ईश्वररूपी जनतेनेच प्रयत्न करावे असे वाटते, तर या आशयाचा एक शेर आठवतो...

मैने मांगी थी मस्जीद में दुवा,
मैं जो चाहता हूँ वो मुझे मिले ।
मैने मेरा फर्ज पुरा किया,
अब खुदाने (जनताने) न चाहाँ तो मै क्या करूं?

○○○

१९. शिस्त तर ठेवलीच पाहिजे

समाजात वावरताना, राहाताना अनेक गोष्टी खटकतात, या गोष्टी सर्वांनी टाळल्या तर सर्व काही सुरळीत होईल, ताणतणाव कमी होईल असेही वाटते. मात्र आपण सुधारू शकत नाही, हा भारत देश आहे, या देशात हे सुधारणे शक्यच नाही, असे चालतच राहाणार, असे सांगून अनेकजण मोकळे होतात. ज्या बाबी खटकतात त्यामध्ये एक प्रमुख बाब म्हणजे 'शिस्त'. अर्थात वैयक्तिक व सार्वजनिक शिस्तीचा असलेला अभाव.

शिस्त फक्त विद्यार्थ्यांनीच नव्हे, तर मोठ्यांनीहीसुद्धा रोज पाळायला हवी, यामुळे आपली व इतरांचीही गैरसोय टाळता येते. प्रत्यक्षात शाळांमधून थोडी फार शिस्त दिसते, तर समाजात मात्र शिस्तीच्या वापराबाबत बोंबाबोंब आहे. वास्तविक 'वागण्याची ठरवून दिलेली पद्धत, म्हणजे शिस्त होय.'

अनेक लोक व्यवहारात शिस्त पाळत नाही, स्वत: बाबतही आर्थिक शिस्त पाळत नाहीत. वैयक्तिक शिस्तही पाळत नाही, सामाजिक शिस्तपण पाळत नाहीत. समाजात वावरताना कुणाशी कसे वागावे? कसे बोलावे? हे तर सोडाच, उलट समोरच्याची पाठ फिरताच, तो किती 'बोगस' हे सांगण्यातच धन्यता मानतात, ही कोणती शिस्त म्हणणार? समाजात बेशिस्त वर्तन करण्याचे तसेच सार्वजनिक ठिकाणी भुंकण्यापासून, नाक शिंकरणे व वांत्या करून घाण करण्याचे प्रकार वाढले आहेत. दुचाकीवरून तसेच गावातून चालत्या बसमधून थुंकण्याचे, वांत्या (उलट्या) करण्याचे व धूम्रपानाच्या प्रकाराने शेकडो नागरिक त्रस्त आहेत, 'इंडियन स्टॅण्डर्ड टाइम' च्या नावाखाली नेहमी उशिरा पोहोचणे व उशिरा कार्य करणारे

आहेत. नको तिथे नाहक बोलणारे आहेत, अशा विविध प्रकारांची आठवण केली, तर सामाजिक शिस्तीची वाट लावणाऱ्यांची संख्या जास्त असल्याचे दिसून येते.

शिस्त प्रत्येक बाबतीत बाळगणे गरजेचे आहे. लहानपणापासूनच शिस्त पाळण्याची सवय लागली पाहिजे. शिस्त ही व्यक्ती, संस्था व राष्ट्र यांना मोठी करते. शिस्तप्रिय विद्यार्थी व समाजातील व्यक्तींचा आदर होतो, त्यांची उदाहरणे दिली जातात. पाश्चिमात्य देशात शिक्षणाचा उद्देशच जीवनाला शिस्तबद्ध बनविणे, असा आहे. शिस्तबद्ध विद्यार्थीच, शिस्तबद्ध नागरिक बनतात. शिस्त प्रिय पद्धतीने वागणे हे प्रत्येक क्षेत्रात सर्वांसाठी सोयीचे ठरणारे आहे. मात्र भेटण्याची नेमकी वेळ देणे, ती वेळ पाळणे, अपरिहार्य कारणाने वेळेत काही बदल होत असल्यास संबंधितांना तातडीने कळविणे, इत्यादी छोट्या छोट्या गोष्टीही केल्या जात नाहीत. उलट बेशिस्तपणे वागण्याची आपल्याकडे पद्धतच आहे, अशी भावना वाढत जाते, कोणीच शिस्तीने चालत नाही, नियम पाळत नाही, वेळ पाळत नाही, तर मग मीच का पाळायची? असे सांगून आपणही बेशिस्त वागण्यासाठी मोकळे होतो, हे चुकीचेच. वास्तविक मोठ्यांना शिस्त शिकविणे कठीण काम आहे. मात्र या कठीण मार्गावर चालणे आवश्यक आहे.

'कठिन राहों पे चलने वाले ही,
मंजिल को पाते है ।
जो तुफानोंसे लडते है,
वही साहिल पे आते है ।'

शिस्त हा गुण आहे. हवी ती वस्तू पाहिजे तेव्हा ठरावीक ठिकाणी सापडणे याचेच नाव शिस्त, असेही म्हणतात. अर्थात वस्तू जागेवर ठेवण्याची शिस्त, क्रीडा शिस्त, वाहतुकीची शिस्त, लेखनाची शिस्त, सार्वजनिक ठिकाणी बसमध्ये, रेल्वेमध्ये चढण्याची, मोबाईलवर बोलण्याची, एसएमएस करण्याची शिस्त, रेशनसाठी, गॅस सिलेंडर, बँक काऊंटरवर लागणाऱ्या लाइनची शिस्त, आर्थिक गुंतवणुकीची शिस्त इत्यादी शिस्तीचे प्रकार आहेत. वाढत्या लोकसंख्येत सर्व काही सुरळीतपणे चालण्यासाठी शिस्त आवश्यक ठरते. यामध्ये स्वत:ने स्वत:वर लागू केलेल्या नियमांना स्वयंशिस्त म्हणतात. शिस्तीचे पालन केल्याने अनेक मोठे ध्येय गाठण्यास मदत होते. शिस्तीने धैर्य तथा समजूतदारपणा वाढतो, तर इच्छाशक्तीही वाढते.

सार्वजनिक जीवनात आवश्यक ती शिस्त पाळली नाही म्हणून अध्यात्म क्षेत्रातील अनेक मोठे संत, माहात्म्यांना, तर राजकीय क्षेत्रातील बड्या दिग्गजांना, उद्योग क्षेत्रातील उद्योजकांना, बड्या अधिकाऱ्यांना व विविध संघटना, सामाजिक नेते

व कार्यकर्ते, इत्यादी अनेकांना सर्वस्व गमवावे लागण्याची अनेक उदाहरणे आहेत, तर शिस्त न पाळल्यामुळे सरकारला व अनेकांना बरेच आर्थिक नुकसान सहन करावे लागले आहेत.

'शिस्त म्हणजे बिनचूक पद्धतीनुसार
स्वत:वर नियंत्रण ठेवून वर्तन करणे होय.'

कारण नियम अनेक असले तरी ते शिस्तीनेच पाळावे लागतात, अन्यथा परिणाम भोगावे लागतातच, तेव्हा स्वत:ला सुधारण्यासाठीही शिस्त आवश्यक ठरते.

'हम दबाब मे अनुशासन नही सीख सकते' असे महात्मा गांधी म्हणाले होते, तेव्हा विद्यार्थी व नागरिकांना कठोरतेने नव्हे, तर प्रेमाने शिस्तबद्ध करण्याचे प्रयत्न झाले पाहिजेत, तर शिस्तीचा विरोध करण्यापेक्षा ही बाब सकारात्मक पद्धतीने घेतली पाहिजे. मात्र जो स्वत: शिस्तीत नाही, तो दुसऱ्याला काय शिकविणार? शेवटी सर्व शिस्त पाळतात, हे पाहूनही शिस्त वाढत असते.

ज्यांना शिस्तीने, नीटनेटके काही करायचेच नाही, बेशिस्तपणेच वागायचे आहे, त्यांना काय जबाबदारी देणार? या आशयाचा एक शेर आठवतो...

उस आदमी को सौंप दूँ,
दुनिया का कारोबार ।
जिस आदमी के दिल मे,
कोई आरजू न हो ।।

ooo

२०. चाले तैसा बोले... एवढे तर व्हावे !

'बोले तैसा चाले,
त्याची वंदावी पाऊले।'

असे जगत्‌गुरू संत तुकाराम महाराज यांनी म्हटले आहे. मात्र सद्य:स्थितीत समाजात सर्वत्र खूप विसंगती आढळून येत आहे. जो जसा दिसणार- तो तसा राहाणार नाही, जो जसा बोलेल - तो तसा चालणार नाही; जो जेवढा प्रामाणिक हेतू दाखवेल- तेवढा त्याचा प्रामाणिक हेतू राहाणार नाही, असेच अनुभव जास्त येत आहेत.

सार्वजनिक स्तरावर आर्थिक, शैक्षणिक, शासकीय ध्येय-धोरणांमध्ये विसंगती आहे, तर वैयक्तिक जीवनातही विसंगती ठिकठिकाणी दिसून येते. थोडक्यात राहाणे, बोलणे, खाणे-पिणे इत्यादींमध्ये खूप विसंगती, तफावत आढळून येत आहे. आपल्या जगण्यात आलेली ही विसंगती आपली प्रतिष्ठा कमी करीत असून मानसिक ताण-तणाव वाढवते, हे समजून घेणे गरजेचे आहे. दुसरीकडे सर्वच विसंगतीने वागतात, अशी धारणा होत असून यामुळे एकमेकांवरील विश्वास उडत चालला आहे.

'ओठात शब्द न्यारे, पोटात राज न्यारे,
मोकाट भाषणांचा भंडार आज आहे'

लोकशाही प्रधान भारत देशात प्रत्येक बाबतीत राजकारण केले जाते, पर्यायाने राजकीय नेत्यानांही महत्त्व आहे आणि 'जैसा बोले तैसा कधीही न चाले' अशी वृत्तीच राजकारण्यांनी आत्मसात केली की काय, अशी स्थिती आहे; तर जनतेलाही त्यांची भाषा, खोटे बोलण्याची, शब्द

फिरविण्याची, शब्द न पाळण्याची शैली अंगवळणी पडली आहे. राजकारणात शब्द पाळायचे नसतात, राजकारणात सर्व काही चालते, काहीही होऊ शकते, असे आपण सहज बोलून जातो आणि सहनही करतो.

जात-पात आम्ही मानत नाही, असे म्हणणारे नेते निवडणुकीवेळी जाती-जातीचा, अमुक-तमुक समाजाचा पाठिंबा घेतात व तशा जाहिराती, पत्रकेही काढून घेतात. निवडणूक आयोगसुद्धा याबाबत आक्षेप घेत नाही. थोडक्यात राजकारणात बोलायचे काय अन् करायचे काय? यामध्ये मोठ्या प्रमाणात विसंगती दिसून येते. प्रामाणिकतेवर बोलणारे भ्रष्टाचार करताना, तर पक्षाच्या जाहीर तत्त्वांपासून विसंगत वागताना वेळोवेळी अनेक नेते दिसून येतात.

'ॐ वाङ:मे मनसि प्रतिष्ठिता
मनो मे वाचि प्रतिष्ठितमाविरावीर्म एधि ।'

उपनिषेदातील उपरोक्त शांतीपाठाचा अर्थ असा की, वाणी मनात स्थिर व्हावी आणि मन वाणीत स्थिर असावे, म्हणजेच वाणी आणि मन परस्परांना अनुकूल, सुसंगत असावे, अधिक सोप्या शब्दांत म्हणायचे तर, जे आपल्या मनात असेल तेच आपणास बोलता यावे आणि जे आपण बोलू तेच आपल्या मनात असावे, असे अपेक्षित आहे. प्रत्यक्षात आचरणात व व्यवहारात मात्र असे होत नाही, ही सत्य स्थिती आहे. आचार्य विनोबा भावे म्हणाले होते,

'एक-दोन तप सत्य आहे तेच बोला
म्हणजे पुढे जे बोलाल ते सत्य होईल'

एकंदरीत सत्यता, प्रामाणिकता, नीटनेटकेपणा, सुव्यवस्थितता, स्वच्छता, चारित्र्य, आदी सर्व बाबी कुणालाच नको आहे का असे वाटू लागले आहे, तर उपरोक्त संदर्भाने वागणारी व्यक्ती समाजात स्पर्धात्मकदृष्ट्या मागे पडेल, अशी भीती घालून दिली जात आहे. आता गेले ते दिवस, संधीचे सोने करा, मरू द्या त्याला, आपले मात्र भले करून घ्या, चुकीचे वागले तर काय होते? कोण धुतल्या तांदळाचा आहे इत्यादी सांगितले जात आहे. जे नाही ते दाखविणे फार कठीण काम आहे, मात्र असे करणे अनेकांना चांगलेच जमायला लागले आहे. रेव्हरंड टिळकांच्या कवितेच्या ओळी आठवतात...

'विचार तसा उच्चारांचा
प्रवाह कोठे वाहे
उच्चारांसम आचाराची
श्रेणी कोठे आहे

मनात भलते जनात भलते
हा तुमचा व्यवहारं
कापट्यांचा सागर म्हणजे
हा तुमचा संसार

ज्या विचाराने मोठी व्यक्ती जगली, तेच विचार त्या मोठ्या व्यक्तीच्या मृत्यूनंतर पायदळी तुडविले जाण्याची अनेक उदाहरणे आहेत. अंधश्रद्धेला विरोध करणाऱ्यांची अंत्यविधीचे कर्मकांड व धार्मिक प्रकार, जल प्रदूषणाला विरोध करणाऱ्यांची अस्थी व राख नदीत विसर्जित करणे, इत्यादी प्रकार झालेले आहेत, ही विसंगती होय. समाजात आता कुणीही 'बोले तैसा चाले' या प्रमाणे वागायला तयार नाही, हे खरे आहे. मात्र 'जैसा चाले- तैसा बोले' एवढे तरी करायला काय हरकत आहे? जो जसा आहे त्याला 'तू असा आहेस', हे बोलण्याचे धाडस तरी करायला हवे, तर ''होय, आपण असे आहोत'', असे स्पष्ट आपल्याबद्दल तरी बोलता आले पाहिजे, असे बोलण्याचे धाडस राष्ट्रपिता महात्मा गांधी यांनी त्यांच्या आत्मकथेत 'सत्याचे प्रयोग' मध्ये केलेले आहे.

बाह्यांगाची सुसंगती (मॅचिंग) आपण करीत आहोत, तर अंतरंगाची विसंगती करतो. त्यामुळे आपले अंतरंग बिघडले आहे, ते सुसंगत केले पाहिजे, तेव्हाच आत्मिक समाधान मिळणार आहे, असे अध्यात्म सांगत आले आहे. पण किती लोक लक्ष देतात हा प्रश्नच आहे.

स्वत:ला चांगले होता येत नाही किंवा चांगले होण्याची इच्छा नाही, तेव्हा स्वत:चे जे चुकीचे आहे ते तरी कबूल करावे, जेणे कुणी भ्रमात राहाणार नाही, कुणाची फसवणूक होणार नाही. मात्र हे पण करायची आपली हिंमत नाही. त्यामुळे संबंधितांची व जवळच्या मित्रांची आणि स्वत:चीही फसवणूक होते.

शेवटी एका हिंदी गाण्याच्या ओळी आठवतात...

'क्या मिलीये ऐसे लोगोंसे,
जिनकी फितरत छुपी रहे ।
नकली चेहरा सामने आये
असली सूरत छुपी रहे ।।'

ooo

२१. शहाण्याला शब्दांचा मार...

'शहाण्याला शब्दांचा मार'

वाचून दचकलात ना! ही म्हण कोणाला उद्देशून व का, असा प्रश्न उपस्थित होतो, तर ही म्हण म्हणताच मागील अनेक घटना आठवतात. वास्तविक शेकडो शब्दांचे सामर्थ्य एका म्हणीत असते, तर समाजातील नात्यातील व कामातील अनेक गोष्टी, आयुष्यातील अनुभव व सावधगिरीच्या सूचना इत्यादी म्हणीतून व्यक्त होतात.

पूर्वापार लोकांच्या मुखी असणारी सूचक, बोधप्रद पण चटकदार छोटी वाक्यपंक्ती म्हणजे म्हण.

दोन हजार वर्षापूर्वीच्या आपल्या या मराठी भाषेत सुमारे ९०० म्हणी आहेत, मात्र वापर कमी होत असल्याने म्हणींचे हे वैभव लुप्त होईल की काय, असे वाटते. म्हणी लाक्षणिक अर्थ सूचित करतात, **म्हणींचा शब्दशः अर्थ घ्यायचा नसतो, त्यातून सूचित होणारा अर्थच लक्षात घ्यायचा असतो.**

दैनंदिन आयुष्य जगताना पावलोपावली कोणती ना कोणती म्हण उपयोगी पडू शकते. जास्त न बोलता संपूर्ण आशय व्यक्त करणे, सूचना, नाराजी, शिकवण, पारख, वर्तन, परिस्थितीची जाणीव इत्यादीसाठी म्हणी वापरता येतात. पूर्वापार म्हणी वापरण्याची ही परंपरा शब्दसंग्रह कायम ठेवण्यासाठी बहुपयोगी आहे. काही म्हणी अश्लील शब्दांच्या वापरातून आल्याने चारचौघांत टाळल्या पाहिजेत. मात्र इतर अनेक मजेशीर म्हणींचा आनंद घेता येण्यासारखा आहे. **मुळातच 'म्हणी-रत्नांच्या खाणी' आहेत.**

मूल जन्माला आल्यानंतर मोठे होत असताना **'मुलाचे पाय पाळण्यात दिसतात'** येथून म्हण सुरू होते, अपघातात कुणी वाचले की, **'देव तारी त्याला कोण मारी,'** मनसोक्त घेण्याची संधी उपलब्ध असल्यास **'आपला हात जगन्नाथ,'** कुणी काही चुकीचे करून स्वत:ची शोभा करून घेत असल्यास त्याची मर्यादा सांगताना, **अंथरून पाहून पाय पसरावे'**, असे सांगितले जाते.

मुलगा तरुण असताना काही चुका केल्या; तर अस्सल गावरान म्हण **'समजे न उमजे, अन् बा मा लगीन करं'** असे टोचून बोलले जाते. तर स्त्रीभ्रूणहत्या रोखण्यासाठी **'वाचतील मुली तर पेटतील चुली'** असा सूचक उपदेश दिला जातो. खोड्या करण्यात समावेश असताना मी नाही अशी भूमिका घेणाऱ्याला **'मी बाई नाही त्यातली, कडी लावा आतली'** असे संबोधतात. गर्विष्ट व्यक्ती फसल्यास **'गर्वाचे घर खाली'** म्हणतात. तर **'दिसते तसे नसते म्हणून जग फसते'** अशी सूचना सातत्याने केली जाते. काही व्यक्तींच्या जवळ गेल्यावर अपेक्षेप्रमाणे अनुभव न आल्यास किंवा मोठी व्यक्ती संकुचितपणे वागत असल्यास **'नाव मोठे लक्षण खोटे'** तसेच **'दुरून डोंगर साजरे'** असे म्हणतात.

सरासरी एकाचीच चूक नसते या अर्थाने **'टाळी एका हाताने वाजत नाही,'** तसेच **'शक्तीपेक्षा युक्ती श्रेष्ठ'** असते, त्यातही **'ऐकावे जनाचे करावे मनाचे'** सोबतच **'प्रेमात आणि युद्धात सर्व काही क्षम्य असते'** असेही म्हटले जाते.

काम पूर्णत्वास नेताना अडचणी येत असल्यास **'नकटीच्या लग्नाला सतराशे साठ विघ्नं'** असे बोलले जाते. अनेक घरात **'लेकी म्हणे सुने लागे'** असे चित्र असताना उपदेश वाटणाऱ्या व कृतीची जोड नसणाऱ्या एखाद्या व्यक्तीबाबत **'लोका सांगे ब्रह्मज्ञान, आपण कोरडे पाषाण'** असे म्हणतात. अनेक लोक **'वाहत्या गंगेत हात धुऊन घ्या'** या मताचे तर **'आपलं ते बाबू दुसऱ्याचं कार्ट'** अशी वागतात. त्यामुळे काही सुज्ञ लोक **'पुढच्यास ठेच मागचा शहाणा'** प्रमाणे शहाणे होतात.

काहींचे मन एका कामात लागत नाही तेव्हा **'देव देवळात, चित्त खेटरात'** अशी स्थिती असते, तर त्याच्यासारखाच भेटला की, दोघेही **'एकाच माळेचे मणी'** होतात. काहींना कामाच्या बाबतीत उशिरा जाग येत असल्याने त्यांचे **'वरातीमागून घोडे'** अशी गत असते आणि तेच ते होत असेल, तर शेवटी **'पळसाला पाने तीनच'** असे म्हणतात.

वास्तविक समाजात **'बळी तो कान पिळी'** हा नियम चालतो, मात्र **'चार**

दिवस सासूचे चार दिवस सुनेचे' असतात. दरम्यान **'बुडत्याला काडीचा आधार'** खूप वाटतो. परंतु व्यवहारात **'दाम करी काम'** असताना **'नोट करे गोट, चिल्लर करे विचार'** ही बाब अनुभवास येते. शेवटी **'दृष्टी आड ते सृष्टी आड'** असेच ना!

विविध पळवाटा शोधणाऱ्यांना **'चोराच्या वाटा चोरालाच माहीत'** असे सांगतात, तर गैरप्रकारासाठी योग्य वेळेची वाट पाहणाऱ्याला **'चोराच्या मनात चांदणे'** असे स्पष्ट करतात.

शासकीय अधिकारी खुर्चीवर बसून, **'दे रे हरी पलंगावरी'** अशी प्रार्थना करीत असले तरीही जनता मात्र **'अडला नारायण गाढवाचे पाय धरी'** या म्हणी प्रमाणे काम काढून घेते. अनेक वेळा राजकारण्यांना अधिकारी ऐकत नसेल, तर त्यांना **'नाकापेक्षा मोती जड'** वाटते आणि प्रशासन म्हटले की **'आंधळ दळतं अन् कुत्र पीठ खातं'** अशी स्थिती असते. शेवटी कर्तव्यदक्ष अधिकारी म्हटले की, **'असून अडचण नसून खोळंबा'** असे होते.

काही राजकारणी व अधिकारी तर **'आपण शेण खायचं नि दुसऱ्याचं तोंड हुंगायच.'** या पद्धतीने वागतात आणि **'आपण सुखी तर जग सुखी'** समजतात. कारण त्याचं म्हणजे आपलाच बोल, आपलाच ढोल असतं. यातील काही लोकांना **'आपली ठेवायची झाकून अन् दुसऱ्याची पहायची वाकून'** अशी सवय असते, कारण **'आपली पाठ आपल्याला दिसत नाही'** हेसुद्धा त्यांना कळत नसते, ते तर **'आयजीच्या जिवावर बायजी उदार, सासूच्या जिवावर जावई उदार'** प्रमाणे वागत असतात; कारण ते **'आयत्या बिळावर नागोबा'** असतात आणि कोणी काम घेऊन आला की, **'आला भेटीला धरला वेठीला'** असे करतात. काही राजकारण्यांची घरात गत म्हणजे, **'घरची म्हणते देवा देवा, बाहेरचीला चोळी शिवा'** अशीच असते.

आमची जनता **'मुकी बिचारी कुणीही हाका'** या पद्धतीने, तर केव्हा **'भीक नको पण कुत्रा आवर'** असे सांगत असते आणि उपद्रवी राजकारणी बाबत **'आधीच मर्कट त्यातून मद्य प्याले, त्याची क्रीडा काय विचारता?'** असा प्रश्न उपस्थित करून **'अल्प बुद्धी, बहु गर्वी'** लोकांचे राजकारण झाले, अशी खंत जनता व्यक्त करते.

सत्कर्म कमी झाल्याचे सांगून **'आडातच नाही तर पोऱ्ह्यात कोठून येणार?'** असे सांगून सद्य:स्थितीत **'हपापाचा माल गपापा'** करणाऱ्यांची संख्या वाढली असून **'आभाळ फाटल्यावर ठिगळ कुठे कुठे लावणार?'** असेही जनता

बोलत राहाते. मात्र काही सुज्ञ लोक हे **'औट घटकेचे राज्य'** असते असे सांगून तूर्त **'आली या भोगाशी असावे सादर'** असे वागण्याचा सल्ला देतात आणि **'अभि केला अन् मसनात गेला'** याऐवजी माणसाचे जीवन **'मरावे परी कीर्ती रूपी उरावे'** असेच असावे, असेही म्हणतात.

भाषेचे सौंदर्य रत्न असणाऱ्या उपरोक्त ६० म्हणी व अशा शेकडो म्हणींचा वापर आपण करणार आहोत काय? हा सरळसरळ प्रश्न आहे. शेवटी एक दोहा आठवतो...

'ऐसी वाणी बोलीये,
मन का आपा खोल,
औरंन को शितल करे,
आप हुँ शितल होय रे कबिरा,
आप हुँ शितल होय ।।'

OOO

२२. मानसिक विकृती समाजाला घातक

'वो पाणी का एक कतरा है,
जो आँख से बह जाये ।
आँसू तो वो है,
जो तडप के आँखोमेही रह जाये ।।'

समाजात सद्य:स्थितीत जे काही अघटित व विचित्र घडत आहे, ते पाहून मानसिकता कोणत्या थराला जात आहे, असा प्रश्न पडतो. जिथे माणूस आहे, तिथे मानसिकता आहे आणि यातच मानसिक विकृतीसुद्धा आहे.

स्वार्थ साधण्यासाठी, छोट्या छोट्या फायद्यासाठी काहीही करण्याची तयारी, कितीही खालच्या पातळीवर जाण्याची प्रवृत्ती म्हणजे मानसिक विकृती होय. मानसिक रोगी होण्याची अनेक कारणे असू शकतात, अशा रुग्णांवर दया करणारेही आहेत, तर त्यांना सांभाळणाऱ्या सामाजिक संस्थाही आहेत. मात्र समाजात राहून मानसिक विकृतीतून सख्ख्या भावाचा खून, बापाचा खून, स्वत:च्या मुलीवर बलात्कार स्वकीयांच्या प्रेताची विटंबना, नरबळी, सामूहिक आत्महत्या, प्रियकराच्या मदतीने हत्या, कुटुंबातील चिमुरड्यांची हत्या करून आत्महत्या इत्यादी कृत्य करणाऱ्यांना कितीही शिक्षा दिली तरी कमीच होईल, अशी स्थिती आहे.

धर्माने, समाजाने, कुटुंबीयांनी दिलेले संस्कार धुडकावून लावणे आणि मनमर्जीप्रमाणे मनसोक्त प्रमाणात गैरप्रकार करणे यालाच स्वतंत्र मानणे, हा विचार मुळात मानसिक विकृती होय, तर असा विचार करणाऱ्यांची

संख्या समाजात वाढत आहे, हे अत्यंत घातक आहे. बंधने, मर्यादा, धाक, दंड आणि शिक्षा या माध्यमांतून अनेकांच्या मानसिकतेवर अंकुश ठेवण्याचा प्रयत्न केला जात असतो, मात्र याला न जुमानणारा, न घाबरणारा तसेच काय होईल ते पाहून घेऊ, असे सांगून परिणाम भोगायला तयार असणारा एक वर्ग आहे. या वर्गातील लोकांना मानसिक विकृतीचा आजार जडलेला असतो, असे लोक कुटुंबीयांसाठी, समाजासाठी व देशासाठी घातक ठरतात, असे दिसून येते. यातूनच 'कुंपनच शेत खात' असल्याचा प्रत्यय आता ठिकठिकाणी येतो आहे.

संपत्तीसाठी खून करणारा, लैंगिक सुखासाठी मुलीवर बलात्कार करणारा, दारू व इतर व्यसनासाठी पत्नीवर, बहिणीवर बलात्कार करवून घेणारा, बाल यौनशोषण करणारा, समलैंगिकता ठेवणारा माणूस कालांतरानी हालअपेष्टा सहन करीत मरत असतो किंवा आत्महत्या करतो, याची अनेक उदाहरणे आहेत. मानसिक विकृती जडलेली व्यक्ती स्वत: सुखाने राहत नाही, ते स्वत:साठी चुकीचे निर्णय घेतात, तर इतरांनाही चुकीचे सल्ले देत असतात. त्यामुळे त्यांची मानसिक विकृती इतरांसाठीसुद्धा समस्या तयार करते.

दैनंदिन व्यवहारात केलेल्या अनैतिक कार्यामुळे मानसिक संतुलन बिघडते म्हणजेच मानसिक विकृती तयार होते. तर आवडत्या व्यक्तीचा मृत्यू, नोकरी जाणे, मित्रांनी दगा करणे, उशिरा लग्न होणे, बेरोजगारी कायम राहणे, घटस्फोटानंतर लग्न न होणे, लैंगिक कुंठता राहणे इत्यादी कारणानेही मानसिक विकृती निर्माण होते, 'एक सासू आपल्या सुनेचा छळ करते, कारण काय? तर, तिला तिच्या सासूने त्रास दिलेला होता, तसेच आत्महत्या ही पण विकृती आहे, असे तज्ज्ञांनी म्हटले आहे.

'महसूस होती है विकृती
कभी कभी पुरे समाज मे
इलाज केवल एक का कर के,
क्या ठीक हो जायेगी'

विकृत मानसिकतेची माणसे असू नये, असे सर्वांना वाटत असते. मात्र यासाठी संस्कार महत्त्वाचे ठरतात. सर्व पुरुषसुद्धा बालपणी प्रामुख्याने आपल्या आईच्याच प्रशिक्षणात असतात, तेव्हा पालकांकडून प्रामुख्याने आईकडून काय चुकीचे वा काय बरोबर याची, तसेच नेहमी न्याय केला पाहिजे याची शिकवण योग्य प्रकारे झाल्यास मानसिक विकृतीने महिलांवर होणाऱ्या अत्याचाराचे प्रमाण कमी होईल, असेही तज्ज्ञ सांगत आहेत.

शारीरिकदृष्ट्या निरोगी राहण्याची प्रथम अट मानसिक निरोगी राहाणे, ही आहे. मन जर रोगी असेल तर शरीर रोगी होईल, तेव्हा मनाचे आरोग्य सांभाळणे अधिक आवश्यक आहे. मनावर नियंत्रण ठेवण्याचे अनेक मार्ग उपलब्ध आहेत ते आपण स्वीकारले पाहिजे.

मानसिक विकृत व्यक्तीला आपली विकृती कळत नसेलही मात्र जवळपासच्या लोकांना, नातेवाइकांना ती कळते, त्यांनी योग्य वेळी मानसिक विकृतीच्या व्यक्तीला ओळखले आणि योग्य वेळी उपचार केला, तर समाजातील अनेक अत्याचार, गुन्हे कमी होऊ शकतील, एवढे मात्र खरे!

शेवटी सर्वांनी गुण्यागोविंदाने राहावे व प्रेमाचा संदेश अंगीकारावे या आशयाने एका शायरचा एक शेर आठवतो...

'उनका जो फर्ज है,
वो अहले सियासत जाने
मेरा पैगाम मुहब्बत है,
जहाँ तक पहुँचे ।।'

○○○

२३. आत्महत्येचे प्रमाण वाढतच आहे

'तोडना टुटे हुये दिल का बुरा होता है ।
जिसका कोई नही उसका तो खुदा होता है ।
लोग नाहक किसी मजदूर को कहते है बुरा ।
आदमी अच्छे है, पर वक्त बुरा होता है ।'

जीवन जगण्याची प्रेरणा देणाऱ्या अनेक गोष्टी आहेत, चांगले साहित्य आहे, उत्तम गीत, स्फूर्तिदायक सुविचार, मार्गदर्शक व्यक्ती, सांभाळ करणारा निसर्ग इत्यादी अनेक गोष्टी उपलब्ध आहेत. तरीही समाजात दिवसेंदिवस आत्महत्येचे प्रमाण खूप वाढत आहे. प्रामुख्याने ग्रामीण भागात, तर सामूहिक आत्महत्या वाढल्या आहेत. पती-पत्नीची एकत्र आत्महत्या, मुलाबाळांचा खून करून आईवडिलांची आत्महत्या, पत्नीचा खून करून पतीची आत्महत्या, नैराश्येपोटी शेतकऱ्यांची व तरुण विद्यार्थ्यांची आत्महत्या, प्रेमसंबंधातून आत्महत्या, कामाच्या, नोकरीचा ताण ताणतणावामुळे आत्महत्या, आजाराला कंटाळून आत्महत्या आदींनी समाजमन तर अशातही ढवळून निघत आहे. एक वाक्य धीर देणारे आठवते...

बुरे समय की एक बात अच्छी होती है ।
की वो भी गुजर जाता है ।

जगभरात दरवर्षी सुमारे दहा लाख लोक आत्महत्या करतात. म्हणजेच दर ४० सेकंदांत एक आत्महत्या होते. खून व युद्धापेक्षा अधिक लोक आत्महत्येने मरतात. २०१० मध्ये भारतात १ लाख ८७ हजार

लोकांनी आत्महत्या केल्याची नोंद आहे. दररोज ५१९ आत्महत्या होतात, यामध्ये महिलांचे प्रमाण जास्त आहे, यात तामिळनाडू, आंध प्रदेश, कर्नाटक आणि केरळ नंतर पाचवा क्रमांक महाराष्ट्राचा असून २०१० मध्ये महाराष्ट्रात १९ हजार आत्महत्या झाल्या आहेत. गेल्या ३ वर्षात ही संख्या पटीने वाढल्याची शक्यता आहे.

आत्महत्या पूर्वीही होत असत, मात्र प्रमाण कमी होते व कारणेही वेगळी होती. पूर्वी संघर्षासाठी, प्रतिकारासाठी काही शिल्लकच राहिले नाही म्हणून आत्महत्या व्हायच्या, आता, तर प्रामुख्याने संघर्षाला पळवाट म्हणून आत्महत्या होतात किंवा सहन झाले नाही, राग आला, सहनशक्ती राहिली नाही म्हणून आत्महत्या होतात. समाजात गरीबच आत्महत्या करतात असे नाही, तर धनदांडगे, श्रीमंत परिवारातही अनेक आत्महत्या होतात. आत्महत्येच्या घटनेत होत असलेली वाढ चिंतनाचा विषय ठरत आहे, ही एक सामाजिक समस्या झाली आहे. सर्वांत प्रिय असणारे आपले आयुष्य आपल्याला नकोसे वाटते आणि ही प्रखर भावना व तो क्षण आत्मघात करतो हे समजणे आवश्यक आहे, याला मानसिक विकृती असेही म्हणतात.

अनेक पालकांना तर मुलामुलींना कसे हाताळावे याची चिंता वाटते आहे. काही म्हटलेच नाही तर 'केस' वाया जाते आणि काही म्हटले व मुलांनी कमी-जास्त केले, तर तोंड दाखवायला जागा राहाणार नाही, अशी भीती सतत वाटते. संयुक्त कुटुंब पद्धतीतून आपण स्वीकारलेली विभक्त कुटुंब पद्धती, छोटे परिवार, हम दो हमारे दो इत्यादी बाबीही याला कारणीभूत असल्याचे स्पष्ट आहे. सध्याचे राहणीमान, वातावरण, स्पर्धेचे युग, दैनंदिन धावपळ आणि आपली विचार करण्याची वृत्ती, मानसिकता इत्यादी अनेक कारणे सांगितली जात असली, तरी अटळ असलेला संघर्ष न करण्याची मानसिकता हेच खरे कारण आत्महत्येच्या पाठीमागे आहे.

विशेष म्हणजे आत्महत्या करणारी व्यक्ती आपल्या नंतर परिवाराचे काय होणार याचा विचार न करणारी तसेच दुसरीकडे याचा विचार करणारी म्हणूनच छोट्या, लहान, निरागस चिमुकल्यांची हत्या करून आत्महत्या करणारीही; तसेच 'आपण मेलो तर पाठीमागचे सर्व हे सुखी होतील, असे विचार करणारी असते.

आत्महत्येचे प्रमाण वाढले, त्यांचे आयुष्य आहे ते काहीही करो, एवढे बोलून चालणार नाही, तर आत्महत्या रोखण्याचे शाश्वत प्रयत्न समाजाची गरज ठरत आहे. आपण कितीही संपत्ती गोळा केली तरीही सोबत घेऊन जाणार नाही, तेव्हा या संपत्तीचा वापर कुणाची आत्महत्या रोखू शकते काय, कुणाचे दुःख वाटून घेऊन त्याला जगण्याचा विश्वास देऊ शकते काय, याचा विचार करून सामाजिक संस्थांनी आत्महत्या रोखण्याचे कार्य जोमाने हाती घेतले पाहिजे.

वेदशास्त्रानुसार तर आत्महत्या करणाऱ्याला कधीही चांगली गती प्राप्त होत नाही.

'असुर्या नाम ते लोका
अन्धेन तमसावृताः ।
तांस्ते प्रेत्याभिगच्छान्ते
ये के चात्महनो जनाः ।।'

लहानसहान गोष्टींसाठी तसेच कितीही मोठ्या गोष्टीसाठी आत्महत्या हा पर्याय ठरूच शकत नाही. अनेक समस्या वेळेनुसार सुटतात, अध्यात्म हे नैतिक बळ देते, मित्र व परिवार आधार देतात, असा विश्वास दृढ झाल्यास आत्महत्येची मानसिकता बदलू शकते आणि आत्महत्येचे सत्र थांबू शकते. यासाठी सर्वांचेच प्रयत्न लागतील एवढे मात्र खरे !

शेवटी आयुष्यात जगण्यासाठीचा संघर्ष महत्त्वाचा असतो. एक शायर म्हणतो,...

'अगर फलक को जिद है
बिजलियाँ गिराने की ।
तो हमें भी जिद है,
वही आशियाँ बनाने की ।'

OOO

२४. आरक्षण : एक राजकीय खेळी !

सध्या बहुचर्चित ठरत असलेला एक विषय म्हणजे आरक्षण. विद्यमान केंद्र सरकारने नुकतेच 'जाट' समाजाला आरक्षण देण्याचे म्हटले आहे, तर महाराष्ट्र सरकारचे उद्योगमंत्री ना. नारायणराव राणे यांच्या समितीने मराठा समाजाला २० टक्के आरक्षण देण्याची शिफारस केली आहे. वास्तविक आरक्षण हवे की नको त्याचा आधार 'जात' असावी की आर्थिक निकष असावे, आरक्षणाने समाजाचा खूप विकास झाला काय, आरक्षण ज्यांच्यासाठी तेच खरे लाभार्थी की याच्यातही पळवा पळव होत आहे, इत्यादी प्रश्नांची चर्चा सातत्याने होत आहे.

स्वातंत्र्य प्राप्तीनंतर भारतीय संविधानात नमूद केल्याप्रमाणे सुरुवातीला २० वर्षे तदनंतर मुदतवाढ, तर त्यानंतर कायदा करून मागासलेल्या वर्गाला तसेच अनुसूचित जाती, जमातीला आरक्षण देण्यात आले आहे. मागासलेल्यांचे सामाजिक व शैक्षणिक मागासलेपण दूर करण्यासाठी सरकारने आरक्षणाचा कायदा केला. त्यानुसार सरकारी तसेच सार्वजनिक क्षेत्रातील धार्मिक, भाषाई अल्पसंख्याक शैक्षणिक संस्था सोडून इतर सर्व सार्वजनिक व खाजगी शैक्षणिक संस्थेमध्ये पद तसेच एकूण विद्यार्थी जागामध्ये टक्केवारी आरक्षित करणारी कोटा प्रणाली प्रदान केली. भारत सरकारने उच्च शिक्षणात २७ टक्के आरक्षण ठेवले आहे, तर विविध राज्यांना आरक्षण वाढीसाठी कायदा बनविता येईल, असे नमूद केले आहे. मात्र सर्वोच्च न्यायालयानुसार ५० टक्क्यांपेक्षा अधिक आरक्षण करता येणार नाही, हे पण स्पष्ट आहे.

मध्यंतरी सरकारने आरक्षणाचा आढावा घेण्यासाठी मंडळ आयोग

स्थापन केले. १९८० मध्ये याचा अहवाल सादर झाला, तर १९९० मध्ये अहवाल स्वीकारला गेला आणि ओबीसी ही नवीन संकल्पना २७ टक्के जागासहीत आली. महाराष्ट्र राज्याने त्याचा प्रथम स्वीकार केला आणि मागासांना २२, तर ओबीसी २७ असे ४९ टक्के आरक्षण झाले.

आरक्षण हा मुद्दा नेहमी चर्चेचा राहिला आहे. आरक्षण इतकी वर्षे कशाला? आरक्षणाचा लाभ त्या त्या जातीतील श्रीमंतांनाच मिळतो, गरीब वंचितच राहातात, आरक्षणाच्या कुबड्या किती पर्यंत वापरणार, आरक्षणाने हुशार विद्यार्थ्यांचे नुकसान होते, आरक्षण हे इतरांवर अन्यायच, आरक्षण ही राजकीय खेळी झाली आहे, इत्यादी आरोप व प्रश्न वेळोवेळी उपस्थित होत असतात.

वास्तविक भारतात जातिभेद आहे. म्हणून जातीवर आरक्षण दिलेले आहे. 'आरक्षण म्हणजे प्रतिनिधित्व' असे घटनाकार भारतरत्न डॉ. बाबासाहेब आंबेडकर यांनी म्हटले आहे. आरक्षण म्हणजे लोकसंख्येच्या प्रमाणात हिस्सा/वाटा सुरक्षित करणे होय.

'पुसतात जात हे मुडदे'
मसणात एकमेकांना,
कोणीच विचारत नाही,
माणूस कोणता मेला?'

समाजात जातिभेद व धर्मभेद बाळगू नका असे शिक्षण देणाऱ्या संस्थेत प्रवेश घेतानाच जात नमूद करणे आवश्यक ठरते, तर जातीयवाद कमी व्हावा या पार्श्वभूमीवर घटनाकार डॉ. बाबासाहेब आंबेडकर यांचे नातू ॲड. प्रकाश आंबेडकर यांनी 'शाळेच्या दाखल्यावरून जात काढा' असे म्हटले आहे.

अमुक जातीत जन्म घेतला म्हणून आरक्षण मिळाले, असे करण्यापेक्षा समाजात खरोखर वंचित असलेल्या, आर्थिक क्षमता नसलेल्यांना, दीनदुबळ्यांना 'आरक्षण' देणे गरजेचे झाले आहे. प्रत्येक समाजात अनेक लोक गरीब असतात, वास्तविक त्यांना आरक्षण द्यायला हवे, तर उच्च शिक्षणाच्या आरक्षणाचा फायदा त्या समाजातील श्रीमंतच घेत आहेत आणि प्रामुख्याने त्यांचाच आर्थिक निकषावर आरक्षणास विरोध आहे हेही तेवढेच खरे आहे. उलट असे केल्याने जातीजातीतील वाढत असलेले गैरसमज व तेढ कमी होण्यास मदत होईल. मात्र आर्थिक निकष ठरविणे हे पण कठीणच असून एकाच परिवारात भावाभावाचे आर्थिक निकष वेगळे असू शकतात, तेव्हा अडचणीचे ठरू शकते.

दुसरीकडे गुणवंत व हुशार विद्यार्थ्यांमध्ये आरक्षणाविषयी नाराजी आहे,

आपल्या हुशारीचा काय उपयोग कोणत्या जातीत जन्मावे हे माझ्या हाती होते काय, आरक्षणवाले विद्यार्थी ओपनमध्ये का स्पर्धा करतात, असे प्रश्न त्याला पडतात, तर आरक्षणाचा हा प्रकार आपल्या विकासाला खुंटवतो असे वाटत राहाते. राजकीय आरक्षित नसलेल्या जागेवरही आरक्षणवाले नेता उभे राहातात तर इतर राजकारणी मात्र आरक्षणाचा उपयोग पद्धतशीरपणे मतांच्या पेटीसाठी करीत असल्याचाही आरोप आहे.

एकंदरीत आरक्षण या विषयावर खूप मते-मतांतर असून याचे समर्थन करणारा तसेच विरोध करणारा, तर लोकसंख्येनुसार अजूनही आरक्षणाच्या टक्क्यांत वाढ करावी, असे मत ठेवणाराही वर्ग आहे. आरक्षण ही मोठी राजकीय खेळी झाली असल्याने तूर्त या बाबतीत स्पष्ट भूमिका घेणे कोणत्याही राजकीय पक्षाला परवडणारे नाही एवढे मात्र खरे! शेवटी जातिभेद नष्ट होणे गरजेचे असून संत कबिराच्या ओळी आठवतात...

'जाती न पुँछो,
की पुँछ लिजिए ज्ञान,
मोल करो, तलवार का
पडा रहन दो म्यान ।'

○○○

२५. जी डोक्यातून जाऊ दिली जात नाही ती 'जात'

समाजात 'जात' हा शब्द पूर्वापार चालत आला असला तरी 'उच्च जात' आणि 'हलकी जात' यापूर्वीच्या जाहीर चर्चेमधून बाहेर पडत हा शब्द आता जाती-जातीमध्ये रूढ झाला आहे. राजकारण, समाजकारणापासून नोकरीपर्यंत 'जात' महत्त्वाची ठरत आहे; तर 'जी डोक्यातून जात नाही ती जात' किंवा डोक्यातून जाऊ दिली जात नाही, ती जात, त्यापेक्षाही चालाख नेत्यांकडून डोक्यात पद्धतशीरपणे पेरली जाते ती जात, असे म्हणता येईल, तर जातीच्या बाबतीत शेवटी 'जाती सोबत माती खावी लागते' ही म्हण प्रचलित झाली आहे.

भारताच्या स्वातंत्र्यपूर्व काळात प्रामुख्याने चतुर्थवर्णीय व्यवस्था होती. ब्राह्मण, क्षत्रिय, वैश्य आणि शूद्र. ज्ञानासाठी ब्राह्मण, तर संरक्षणासाठी क्षत्रिय, व्यापारासाठी वैश्य आणि हलक्या कामांसाठी शूद्र, अशी ही व्यवस्था होती. कालांतराने व्यवसायातील बदल, स्वातंत्र्यानंतरचे राजकारण इत्यादींमुळे चित्र बदलले, इतिहासातून शिकायला मिळाले की, इंग्रजांनी हिंदू-मुस्लीम धर्मा-धर्मात भांडणे लावलीत. आता मात्र स्वार्थ साधणाऱ्यांनी, स्वकीयांनी जातीजातीत भांडणे लावली आहेत. एक शायर डॉ. गणेश गायकवाड म्हणतात,

'वो हाथ जो आए थे, भीख माँगने वोटोंकी,
तख्त मिलते ही देखो तलवार हो गए
मजहब के नामपर नारे लगा लगा कर
इन्सा इन्साके बीच दीवार हो गए'

सैन्यामध्ये मराठा रेजिमेंट, बिहार, पंजाब, मद्रास, राजपूत, सीख, डोंगरा, महार इत्यादी रेजिमेंट आहेत. या रेजिमेंट म्हणजे जातीनुसार सैन्याची तुकडी असते काय? ही तुकडी जातीचीच किंवा त्या, त्या प्रांताचीच सुरक्षा करतात काय, असा प्रश्न पडतो. मात्र सुदैवाने याचे उत्तर नाही, असे असून सैन्यात जातीयवाद नव्हे, तर भारतीय वाद असतो. सैन्य देशाच्या रक्षणासाठी असते नव्हे जातीच्या. वास्तविक दुसऱ्या महायुद्धाच्या वेळी सैन्याची पूर्वरचना झाली होती आणि सर्वांना सामावून घेत भारताची सुरक्षा हा मुख्य उद्देश होता.

काही थोर पुरुष व त्यांचे पुतळे समाजाने जातीनुसार वाटून घेतले आहेत. राजकारणात जातीनुसार उमेदवारी, जातीनुसार पक्षात जास्त भरणा, किंबहुना कोणत्या जातीवाल्यांचा कोणता पक्ष असाही मेसेज समाजात जात असतो. आध्यात्मिक क्षेत्रातही सध्याचे दिग्गज प्रवचनकर्ते व कथित प्रख्यात संत हे जातीनुसार वाटले गेले. त्यांच्या जातीचेच लोक त्यांच्या प्रवचनाचे आयोजनकर्ते असतात, तर अनेक मोठ्या तीर्थस्थळी जातीनुसार धर्मशाळा आजही उभ्या आहेत.

सद्य:स्थितीत मंडल आयोगानुसार भारतात सुमारे ३ हजार जाती आहेत. नोकरीत जातीनुसार आरक्षण झाले आहे. जातीनिहाय संघटना तसेच जातीनिहाय कर्मचारी संघटना पण सक्रिय आहेत, तर काही जातवाल्यांनी बँका, पतसंस्था, मंगल कार्यालये, भवन उभे करून जातीच्याच विद्यार्थ्यांचे सत्कार, शिष्यवृत्ती, वसतिगृह उभे केले आहेत. वधू-वर परिचय संमेलन व सामूहिक विवाह त्यामध्ये होतात. मात्र जातीनुसार होणारे राजकीय मेळावे यामुळे वाढणारी दरी, मतभेद आदी राजकारणाला पूरक ठरत आहेत, तर याबाबत न्यायालय गंभीरतेने विचार करून अशा मेळाव्यांना बंधन टाकत आहेत. भारतीय जनगणना अंतिम टप्प्यात असताना ती जातीनुसार व्हावी असे ठरविण्यात आल्याने ते काम रखडल्याचे ताजे उदाहरण आहे.

तर सर्व जातीचे प्रकार तसेच त्यांच्या सर्वांगीण विकासासाठी काही जातींना मिळणारे सरकारी फायदे पाहता 'झक मारली अन् या जातीत जन्मलो' असे उद्वेगाने म्हणणारेही अनेक तरुण भेटत असतात.

उच्च शिक्षित तरुण-तरुणींचे जातीत लग्न करण्याचे प्रकार कमी होत असून लग्नासाठी नवीन जातीचा जन्म झाला आहे. डॉक्टरचे लग्न डॉक्टरशी, वकिलांचे-वकिलाशी, इंजिनिअरचे-इंजिनिअरशी, सीएचे-सीएशी लग्न झाले म्हणजे जातीत लग्न झाले, असे मानले जाऊ लागले आहे.

भारतीय संविधानाच्या कलम १९ नुसार भारतीयांना मूलभूत हक्क प्रदान केले आहे. त्यातील अनुच्छेद २५ व २६ नुसार सर्वांना धर्माचे मुक्त प्रकटीकरण,

आचरण व प्रचार तसेच धर्मविषयक व्यवहारांची व्यवस्था पाहण्याचे स्वातंत्र्य दिले आहे. मात्र दुसऱ्या धर्माला व जातीला दुखावण्याचा अधिकार नाही. दुसऱ्या जातीला कमी लेखून, शिव्याशाप देऊन स्वत: स्वजातीचा सर्वांगीण विकास होऊ शकत नाही, हे सर्वांना समजते, मात्र ज्यांना जातीच्या नावावर राजकारण करायचे आहे ते नागरिकांच्या डोक्यातून जात जाऊ देत नाहीत, तर जातीयवादाचे दुष्परिणाम त्यांना समजले नाही, असे दाखवितात. एवढेच. शेवटी एका शायरच्या ओळी आठवतात...

'मंदिर, मस्जिद, गिरजाघरमें,
बाट लिया भगवान को,
धरती बाँटी, सागर बाँटा
मत बाटो इन्सान को'

ooo

२६. हा देश कीर्तनाने सुधारला नाही अन् तमाशाने बिघडलाही नाही

भारताला आध्यात्मिकतेची ओळख आहे, अनेक दिग्गज संत, महात्मा, महाराज, थोर पुरुष, क्रांतिकारक होऊन गेलेत आणि सद्य:स्थितीतही अनेक संत, महात्मा, धर्मात्मा, महाराज, कीर्तनकार प्रबोधन करीत आहेत. धर्म कोणताही असो सर्व धर्मांची शिकवण ही सत्य, अहिंसा, पवित्रता, शांती, सद्भाव आणि निर्व्यसनी रहा अशीच आहे. संतांनी तर या शिकवणीसाठी सर्व जाती, पंथ व धर्मांना, अनुयायांना सामावून घेत, 'हे विश्वची माझे घर', 'वसुधैव कुटुंबकम्' आदी सांगितले आहे.

समाजात नवीन नवीन संत आणि विविध धर्मांचे नेते उदयास आले आहे. देशात हजारो ठिकाणी अनेक भाषांमध्ये भागवत सप्ताह, रामायण, हनुमान चालीसा पठन व हरिपाठ हजारो, लाखोंच्या उपस्थितीत होत असतात. तरीही अनीती, अत्याचार, लबाडी, फसवणूक, खून, बलात्कार, विवाहितेचा छळ, हाणामारी, भ्रष्टाचार इत्यादी सर्व प्रकार समाजात का वाढत आहेत, हा प्रश्न या निमित्ताने उपस्थित होतो. कीर्तन ऐकून नव्हे, तर कीर्तन आत्मसात करून उपयोग होतो आणि जे अनैतिक कृत्ये करीत आहेत ते कीर्तनाला येत नाहीत. असे सांगून सुसंगती ही प्रयत्नपूर्वक लावून घ्यावी लागते, कुसंगती सहज लागते. त्यामुळे चांगले गुण प्रयत्नपूर्वक लावून घ्यावे, असे आवाहनही या कीर्तनातून केले जाते. मात्र किती लोक गंभीरतेने ऐकतात व तसे शुद्ध आणि पवित्र आचरण करतात, हा प्रश्नच आहे.

काहींच्या म्हणण्यानुसार 'हा देश-समाज कीर्तनाने कधी सुधारला

नाही, तर तमाशानेही कधी बिघडला नाही'. या देशात कीर्तन आणि तमाशे सातत्याने होत असतात. (येथे 'तमाशा' हा शब्द वाईट गोष्टींचे प्रतिनिधित्व करणारा या अर्थाने घ्यावा.) देश कीर्तनाने सुधारला की नाही, हा विषय चर्चेचा ठरू शकतो. मात्र तमाशा हे वाईट गोष्टींचे प्रतीक मानले जात असून याने मनुष्य बिघडतोच बिघडतो, असे दाव्याने सांगितले जाते. सध्या जे काही चांगले दिसत आहे व टिकून आहे, त्यासाठी आध्यात्मिकता व संस्कार हेच कारण आहे. अन्यथा अराजकता पसरली असती, असे मानणाराही प्रवाह आहे.

अनेक राष्ट्रसंतांनी समाज प्रबोधनासाठी व व्यसनाधीनतेच्या विरोधात प्रचंड कार्य केले, जीवन समर्पित केले, मात्र त्यानंतरही समाजात व्यसनाधीनता वाढतच आहे. गेल्या १० वर्षात कारखाने वाढलेत, देशी-विदेशी दारू व बिअरचा खप सुमारे तीनशे पट वाढला आहे. तंबाखू, बिडी, सिगारेट, गुटका यांच्या नवीन कंपन्या व शेकडो व्हरायटी जोमात चालावयास लागल्या. तरुणवर्ग या मार्गी लागल्याने युवा पिढी बरबाद होऊ लागली. शेवटी देशातील २२ राज्यांनी गुटकाबंदी केली, तर गुटकाबंदी असताना काही महिन्यांतच एकट्या महाराष्ट्रात २४ कोटी रुपयांचा गुटका अधिकाऱ्यांनी पकडला. दुसरीकडे सिगारेटचे व्यसन आता महिलांमध्ये वाढत आहे. सिगारेट पिणाऱ्यांसाठी एका शायरने म्हटले होते..

'सिगारेट चिज ऐसी,
बनाई है किसीने खूब,
इसके एक तरफ आग है,
दुसरी तरफ बेवकूफ'

देशात अशिक्षितपणा कमी होऊन सुशिक्षित लोकांची संख्या वाढली आहे. सुमारे शंभरपैकी ६७ लोक अर्थात ६७ टक्के जनता साक्षर झाली आहे. तरीही समाज सुधारत नाही उलट व्यसनांच्या व गैरप्रकारांच्या आहारी जात आहे. याबाबत चिंता व्यक्त केली जात आहे. केरळ राज्यात शंभर टक्के साक्षरता असताना आत्महत्येचे प्रमाणही याच राज्यात सर्वाधिक आहे, म्हणजेच आध्यात्मिकते प्रमाणेच साक्षरताही संपूर्ण उपाय नाही.

एकदा एका मोठ्या जैन मुनींची भेट झाली असता समाजात वाढलेल्या गैरप्रकाराबाबत विचारले. ते म्हणाले, लोक आध्यात्मिकतेला फार कमी वेळ देतात, अन् व्यावहारिकतेला अनेक त्रास देतात त्यामुळे आध्यात्मिकतेचा प्रभाव कमी असतो, तर व्यावहारिकतेत अनेक गैरप्रकारांसोबत जास्त वेळ मनुष्य राहत असल्याने त्याचा प्रभाव वाढतो, तेव्हा आध्यात्मिकता वाढली पाहिजे, म्हणजे समाजातील

गैरप्रकार कमी होतील, असे ते म्हणाले.

सध्याच्या धकाधकीच्या काळात, ताणतणाव व अस्थिरतेच्या वातावरणात, ज्यांना खऱ्या अर्थाने वेळ दिला पाहिजे त्यांना व कुटुंबीयांना देण्यासाठी लोकांना वेळ नाही, या स्थितीत अध्यात्मला किती वेळ देणार? विशेष म्हणजे सत्संगाला, भागवत कथेला, प्रवचनाला जाणारे तसेच गणपती उत्सव, दूर्गा उत्सव प्रमाणेच संत, मुनी, देवांच्या जन्मतिथी साजरे करणारे हजारो लोक अध्यात्माला वेळ देतात, त्यांच्यात बदल दिसून येत नाही, ते लोक 'हे पण छान करतात' अन् 'ते पण छान' करतात. (येथे ते पण म्हणजे व्यसन आणि गैरप्रकार वगैरे) ही दुटप्पी भूमिका हजारो लोकांना छान जमती आहे किंवा त्यांच्या अंगवळणी पडली आहे. याला त्याची मानसिकता व प्रवृत्ती कारणीभूत आहे, असे म्हणता येईल.

समाजाला त्यातही प्रामुख्याने तरुणवर्गाला व्यसनाधीन बनविले जात आहे, हे स्पष्ट आहे, तर असे केल्याने कुणाचा फायदा होतो व कुणाचे काय काम होते, हे सर्वांना दिसत आहे. मात्र, 'कळते पण वळत नाही', 'समजते पण उमजत नाही' ही स्थिती आहे.

शेवटी एका शायरचा शेर आठवतो...

'मंजिले मिलती है
रास्ता भटककरही सही,
गुमशुदा तो वो कहलाते है,
जो घर से निकलते ही नही'

ooo

२७. श्रद्धेच्या नावाखाली...

समाजात 'श्रद्धा' हा एक चिंतनशील विषय असून सद्य:स्थितीत मात्र 'चिंतनीय' झाला आहे. श्रद्धा व अंधश्रद्धा यामध्ये एक बारीक पडदा असतो, माणूस श्रद्धेतून अंधश्रद्धेकडे जातो, असे सर्वत्र बोलले जाते. तर श्रद्धा वगैरे काहीही नसते ती अंधश्रद्धाच असते, असे अंनिसचे प्रा. श्याम मानव म्हणतात, असो. परंतु या श्रद्धेच्या नावाखाली ज्यांना गरज नाही त्यांना सुविधा देण्याचा प्रयत्न करणे, त्यासाठी वर्गणी द्या! म्हणून जनतेला वेठीस धरणे, उत्सव साजरा करण्यासाठी पावती फाडा म्हणून त्रस्त करणे, रस्ता अडवून वर्गणी वसूल करणे, वादावादी करणे इत्यादी प्रकारांमुळे लोक त्रस्त होतात, हे कोणी समजून घेणार आहे का?

श्रद्धा आणि भावनांच्या माध्यमाने विश्वास निर्माण होतो, तर संत गजानन महाराज हे ज्याची त्याची अनुभूती आहे, असे मानून उत्कृष्ट कार्य करणाऱ्या शेगावच्या श्री संत गजानन महाराज संस्थेची वेगळी ओळख आहे. त्यांचा कोणी माणूस वर्गणीसाठी फिरत नाही आणि समाजोपयोगी ४२ विविध सेवा प्रकल्प चालविणारे भारतातील ते एकमेव धार्मिक संस्थान आहे. संत गजानन महाराजांच्या पंढरपूरहून परतणाऱ्या पालखीमधील वारकरी तसेच पालखी सोबत पायी शेगावला जाणारे हजारो प्रामाणिक भक्त असतात. वारकऱ्यांची काळजी पूर्णपणे संस्था घेते तरीही त्यांच्या व हजारो भक्तांच्या सुविधेच्या नावावर रस्त्यात लोकांकडून जे भरपूर पदार्थ वाटप केले जातात, ते किती आवश्यक आहे, हा प्रश्नच आहे.

वर्गणी गोळा करून श्रद्धा म्हणून ठिकठिकाणी खाण्याचे व पिण्याचे

विविध पदार्थ वाटपांचे शेकडो केंद्रे शहरात व पालखी मार्गावर रात्रीतून तयार होतात, काही कथित भक्त, तर थैलीत हे वाटपाचे पदार्थ जमा करीत असतात. पालखी मार्गावर कोण? कुठे? कोणते पदार्थ वाटप करणार याचे नियोजन पण नसते. काही ठिकाणी चहा तर काही ठिकाणी सरबत, असे विरोधाभासी पदार्थ पण वाटपाला असतात. यापेक्षा आवश्यक तेवढेच 'स्टॉल्स' ठेवून जास्तीचे पदार्थ वाटपाचे स्टॉल्सच्या खर्चाचे पैसे गोळा करून संस्थेला दिले, तर अधिक लोकोपयोगी कामे होऊ शकतील. सार्वजनिक वर्गणीतून होणारे पदार्थ वाटपाचे हे काम 'आम्ही' करतो, असे दाखविण्याची पण काहींची हौस असते. हे पण या निमित्ताने समजून घेतले पाहिजे.

लवकरच सर्वत्र गणपती उत्सव, नवदुर्गा उत्सवाला सुरुवात होणार आहे. विविध सार्वजनिक उत्सव मंडळ हा उत्सव साजरा करण्यासाठी सज्ज झाली आहेत. उत्सवासाठी वर्गणी गोळा करताना काही मंडळांकडून एवढीच रक्कम पाहिजे म्हणून आग्रह, जबरदस्ती, वाद-विवाद, वर्गणी न देणाऱ्या व्यावसायिकांच्या दुकानाचे कुलुपात रात्रीतून एम. सील भरणे, गणेशमूर्ती बसविताना व उठविताना त्याच्याच दुकानात भरपूर गुलाल फेकून विक्री योग्य वस्तू खराब करणे, त्याचे नुकसान करणे, अनेक वाहनधारकांना गावानजिक रस्त्यावर रोखून वर्गणीचा आग्रह धरणे, दबाव आणणे, टोचून बोलणे, शिव्याशाप देणे आदी प्रकार केले जातात, तर अशा प्रकारे जमा वर्गणीतून 'त्या' मंडळांचा उत्सव धूमधडाक्याने साजरा होतो. नशेत अश्लील गाण्यांवर नाच होतो, मंडळाचे वाद-विवाद विविध कारणांवरून होतात, तर वेळप्रसंगी मारामारी होते. या प्रकारच्या उत्सवात खरी 'श्रद्धा' किती राहाते? हा पण प्रश्नच आहे.

श्रद्धेपोटी लोक वर्गणी देतात, टोळी करून गेल्यास जास्त वर्गणी घेता येते म्हणून अनेक मंडळ टोळीने वर्गणी जमा करतात. या मंडळांवर धर्मादाय आयुक्तांचेही कठोर नियंत्रण नाही, हिशोब नाही, कुठे व का खर्च केला? हे कोणी विचारू शकत नाही, याचाच फायदा घेऊन काही बोगस मंडळे अस्तित्वात आली. वर्गणीची पावती फाडतात मात्र गणपती, दुर्गा व जगदंबा यांच्या मूर्ती बसवित नाहीत, श्रद्धेपोटी म्हणा किंवा संबंधापोटी, दबावापोटी घेतलेल्या वर्गणीचा काही मंडळांकडून गैरवापर होतो, असे अनेक प्रकार उघडकीस आले आहेत. अशा लोकांसाठी एक शायर म्हणतो...

'आज मंदिर मे भगवान नजर नही आता
मस्जिद मे रहेमान नजर नही आता
तू भलेही नास्तिक कह ले मुझे

आज इन्सान मे इन्सान नजर नही आता

नुकताच बहुचर्चित ठरलेला 'ओ माय गॉड' हा चित्रपट प्रेक्षकांनी डोक्यावर घेतला, श्रद्धेचा व्यापार यामध्ये मांडला आहे, वास्तविक श्रद्धा आहे, तर त्यातून सेवा व्हावी, अशी रास्त अपेक्षा असते, तर जेथे सेवा तेथे त्यागाची भावना असतेच. मात्र आपल्या कथित श्रद्धेपोटी इतरांना त्रास होतो काय आणि होत असल्यास तो त्रास कसा दूर करावा? यासाठी प्रयत्न करणे गरजेचे वाटते. श्रद्धा ही सन्मानाने व्यक्त व्हायला पाहिजे, जबरदस्तीने नव्हे. श्रद्धेचे बाजारीकरण होत आहे, ते टाळले पाहिजे. श्रद्धेपोटी जमविलेल्या निधीचा, वस्तूंचा आवश्यक तिथे व गरज तेवढाच वापर व्हावयास पाहिजे.

शेवटी हे सर्व जनतेसाठीच असते. श्रद्धेपोटी कार्य करणारी, कार्यकर्ते मंडळी ही दानदाते व भाविक भक्त यांच्यात एक 'दुवा' म्हणून काम करतात. त्यामुळे दान देणाऱ्यांना दान नाहक दिल्यासारखे वाटू नये, तर भाविक भक्तांना आपल्या नावावर कार्यकर्ते मजा करतात असे वाटू नये, हे पण तेवढेच महत्त्वाचे आहे.

शेवटी एक शेर आठवतो

'सिर्फ हंगामा खडा करना,
मेरा मकसद नही ।
मेरी कोशिश है की,
ये सूरत बदलनी चाहिये ।'

○○○

२८. यादीतील घोळ-जबाबदार कोण?

'इस देश मे,
कुछ भी कहना फिजूल है ।
धक्के वो खा रहा है,
जो बा उसूल है ।'

दरवेळेप्रमाणे यंदाही सार्वत्रिक निवडणुका पार पडल्यात. वर्तमानपत्रात नेहमीप्रमाणे याही वेळी अनेक मतदार मतदानापासून वंचित, बोगस मतदान झाले, मतदार यादीतून नावे गहाळ, ओळख न पटल्याने मतदान करू दिले नाही. अनेक वर्षे झालीत तरीही बदली होऊन गेलेल्या अनेक अधिकारी, कर्मचारी व लग्न होऊन गेलेल्या मुलींची नावे अजूनही मतदार यादीतच, एकाच कुटुंबीयांची नावे दोन केंद्राच्या मतदार यादीत, नाव नोंदवूनही नाव आले नाही, नाव कुणाचे फोटो कुणाचा, एकच नाव एकाच यादीत दोन ठिकाणी, कुटुंबीयांची एकत्रित नावे नाहीत, वगैरे वगैरे बातम्या, यंदाही वाचायला मिळाल्यात. जणू काही या ठरलेल्या बातम्या प्रत्येक निवडणुकीच्या वेळी वाचण्याची आपल्याला सवयच झाली आहे. हा झाला मतदार यादीतील घोळ. आपल्याकडे यादी म्हटली की, ती कशाचीही असो, त्यात घोळ झाल्याशिवाय यादीच होत नाही, असा प्रघात आहे.

दारिद्र्यरेषेतील यादीचा घोळ, शेतनुकसानीचा सर्व्हेचा यादीतील घोळ, घरकुल यादीतील घोळ, बहुचर्चित मुंबईच्या आदर्श सोसायटी घोटाळ्यातील प्लॅट वाटपाच्या यादीचा घोळ, कोळसा खाण वाटप यादीचा घोळ, अगदी अन्न सुरक्षा लाभार्थी निवड यादीत तसेच विविध योजनांच्या

लाभार्थ्यांच्या यादीतील घोळ, इत्यादी विविध यादीतील घोळ आणि पुन: पुन्हा सर्वे करून नवीन याद्या या बाबी नेहमी बहुचर्चित असतात.

वास्तविक पाहिले तर आपण सुशिक्षित अद्यावत झालो, आपले तंत्रज्ञान अद्यावत झाले, संगणक प्रणाली झाली, तरी घोळ मात्र असतोच, असे का, तर मशीनरी कितीही उत्कृष्ट झाल्या तरी चालविणारी यंत्रणा म्हणजे माणसेच असतात आणि माणसे, त्यातही सरकारी माणसे हे तर काहीही केल्या सुधारायला तयार नाहीत. चुका ते करतात, दोषारोपण मात्र जनतेवर करतात, तर शेवटी त्यांना फारसे जबाबदार धरलेही जात नाही.

निवडणुकीसाठी मतदारयादी तयार करताना आवश्यक तेवढी दक्षता घेतली जात नाही. रेशन कार्डामधील नाव काढणे, दुसरे रेशन कार्ड बनविणे, रेशन कार्ड दुसऱ्या गावात बदली करणे, गॅस कार्ड बदली करणे इत्यादींसाठी घेण्यात येणारी प्राथमिक दक्षता एवढी दक्षताही मतदारयादीसाठी घेतली जात नाही. उलट प्रशासनाने आवाहन केले होते मात्र लोक प्रतिसाद देत नाही, अर्धवट व चुकीची माहिती लोक देतात, असा आरोप मतदारांवर केला जातो. मात्र मतदाराने दिलेल्या माहितीची खात्री करणे व त्या अनुषंगाने आवश्यक कागदपत्रे घेणे, ही जबाबदारी बिनचूकपणे पार पाडली जात नाही, परिणामी यादीत चुका राहातात. सर्व काही व्यवस्थित होऊनही मतदार यादीत चुका होत असतील, तर संबंधित कर्मचाऱ्यांविरुद्ध कडक कारवाई का नाही? याचे उत्तर मिळत नाही. खरे पाहिले तर व्यवस्थित, नीटनेटके काम करण्याची वृत्तीच आता सरकारी कर्मचाऱ्यांची राहिली नाही. कदाचित त्याची फारशी गरजच राहिली नाही. सरकारी काम म्हटले की, असे चालणारच असा समज सर्वत्र रूढ झाला आहे, कारण कर्मचाऱ्यांनी कितीही चुका केल्या, तर सांभाळणारेही कर्मचारीच असतात; तसेच वरिष्ठही गंभीरपणे घेत नाहीत म्हणून कामात गंभीरता राहत नाही.

नुकतीच अनेक कर्मचाऱ्यांची 'इलेक्शन ड्युटी' लागली होती, सकाळी ६ ते संध्याकाळी ७ मतदान केंद्रावर अतिशय जागरूकतेने कर्तव्य पार पाडणारे कर्मचारी सतत दोन दिवस पूर्णत: कामात होते, जणू निवडणुकीचे काम म्हणजे आणीबाणीतील काम झाले होते. परिणामी, तिथून सुटल्यावर काही कर्मचारी आजारीच पडले, तर काहींनी नंतरचे दोन दिवस विश्रांती घेतली, कारण काय, तर म्हणे, असे परिश्रमाचे काम करण्याची सवयच राहिली नाही, असो.

कोणत्याही कामाचे नियोजन, त्याचा पाठपुरावा आणि काम चुकीचे झाल्यास दंडीत करण्याची पद्धत, इत्यादी बाबी कामे नीटनेटके करवून घेण्यासाठी आवश्यक

ठरतात. प्रत्येक यादीतील घोळासाठी शेवटी जबाबदार शासकीय कर्मचारी असतात. तेव्हा यादी ही अचूक असायला हवी, अशी रास्त अपेक्षा सर्वांचीच असते, हे समजून घेणे गरजेचे आहे.

कोणत्याही यादीतील घोळ हा भ्रष्टाचाराला जन्म देणारा, अनेकांवर अन्याय करणारा, गरजूंचे हक्क, अधिकार हिसकावून घेणारा शेवटी शासनाची बदनामी करणारा असा असतो. अन्यायग्रस्तांची यादी वाढविणारा असतो, सत्तेच्या विरोधात संघर्ष निर्माण करणारा, वेळ प्रसंगी सतत अन्याय होतो म्हणून नक्षलवादी कृत्याला काही अंशी समर्थन देणारा असतो. हे कोणी का समजून घेत नाही? यादी कोणतीही असो, त्यातील घोळ हा यादी करणाऱ्यांप्रती तसेच शासनाप्रती अविश्वास तयार करतो यामुळे शासकीय कर्मचाऱ्यांनी तयार केलेल्या याद्या अचूक असणे गरजेचे आहे, एवढे मात्र खरे!

शासनाकडे सर्व काही असतानाही, केवळ अधिकारी व कर्मचाऱ्यांच्या हलगर्जीपणामुळे जनतेला नाहक त्रास सहन करावा लागतो, या आशयाचा एक दोहा आठवतो...

'पाणी बरसो रात मे,
भीगो बन सब जाय ।
घडा भरे नही नीर से,
पंछी प्यासो जाय ।'

ooo

२९. अधिकारी गब्बर असणारच !

**'ज्याने त्याने यावे, अर्थांना लुटावे
आणि भरडावे जीवनास'**

भगवान ठग

राज्यातील सार्वजनिक बांधकाम विभागातील कर्जत येथील एक उपअभियंता लाचलुचपत प्रतिबंधक खात्याने पकडल्याची बातमी वृत्तपत्रात आली. त्याच्याकडे २३ किलो सोने २१ किलो चांदी तसेच ठाणे-कल्याणमध्ये सदनिका व व्यापारी गाळे अशी प्रॉपर्टी आढळल्याचे जाहीर झाले. यापूर्वीही अनेक बड्या शासकीय अधिकाऱ्यांकडे कोट्यवधी रुपये व मालमत्ता आढळली आहेत आणि राज्यातील अनेक बड्या भ्रष्ट अधिकाऱ्यांची नीट तपासणी होत नाही म्हणून अजून अनेक बडे अधिकारी कचाट्यात सापडलेले नाहीत, अशी स्थिती आहे.

राज्यातील सिंचन विभाग, सार्वजनिक बांधकाम खाते, महसूल, फॉरेस्ट, पोलीस, आरोग्य आणि शैक्षणिक खात्यातील अनेक बडे अधिकारी वर्षानुवर्षे अधिकाराचे पद भोगत आहेत. नेते पाच वर्षासाठी येतात आणि जातात, अधिकारी मात्र त्याच खात्यात कायम असतात; आणि नेत्यांसाठी 'सर्व काही करावे लागते' असे सांगत, स्वत: मात्र 'गब्बर' होत असतात, असे चित्र आहे. तसे पाहिले तर बड्या अधिकाऱ्यांकडे कोट्यवधीची मालमत्ता सापडली ही बातमीच नाही, तेवढे तर सापडणारच, उलट बड्या अधिकाऱ्याकडे काही सापडले नाही, तर मात्र ती बातमी होईल, अशीच स्थिती आहे आणि या स्थितीसाठी आपली प्रशासन व्यवस्था, सत्तेत असणाऱ्या

व येणाऱ्या राजकारण्यांची मनोवृत्ती, त्यांचा निवडणुकीचा कोट्यवधीचा खर्च इत्यादी अनेकानेक कारणे आहेत.

सध्याच्या व्यवस्थेत बड्या अधिकाऱ्यांना ऐच्छिक ठिकाणी बदली करून घेण्यासाठी २५ ते ५० लाख रुपये द्यावे लागतात; तसेच आपल्या भागात मंत्र्यांचे दौरे असल्यास त्यांच्या व्यवस्थेचा खर्च, जनप्रतिनिधींना विविध सामाजिक व राजकीय कार्यासाठी मदत, इत्यादी प्रकार वेगळे. परिणामी, गैरप्रकाराने वसुली आवश्यक ठरते आणि ते ती प्रामाणिकपणे करीत असतात. पैसे घेऊन इच्छित ठिकाणी नियुक्तीचा प्रकार खालपर्यंत झिरपत असतो. जिल्हा परिषद, नगरपालिका व इतरही शासकीय, निमशासकीय कार्यालयात चालत असतो. काही वेळा तर बदली होऊ नये किंवा बदली रद्द करावी यासाठी वरिष्ठांना अर्थात बड्या अधिकाऱ्यांना 'गब्बर' करावे लागते. शासकीय नोकरीत येताना शासन देईल त्या ठिकाणी जाऊन नोकरी करू, असे सांगणारे कर्मचारी, अधिकारी आपले बस्तान बसले म्हणून बदलून जाण्यासाठी गाव सोडण्यासाठी तयार नसतात, त्यामुळे गैरप्रकार वाढतात, हे पण तेवढेच खरे आहे.

वसुली न देणाऱ्या छोट्या अधिकाऱ्यांना साईड पोस्टिंग किंवा त्यांना लूप लाईनमध्ये टाकणे, त्यांचा छळ करणे, इत्यादी कामेही केली जातात. बड्या अधिकाऱ्यांनी इच्छित ठिकाणी बदलीसाठी कोणाला, कोणामार्फत व किती लाख दिले चौकशीत काढले, तर अनेक गोष्टी उघड होतील. हे पण खरे! ज्या अधिकाऱ्यांना हे जमत नाही ते भ्रष्टाचार उघडकीस आणतात किंवा गप्प बसतात, असेही दिसून येते. मात्र यामुळे थोडी अस्वस्थता वाढते, एवढेच.

अनेक खात्यांतील विविध कंत्राट प्रत्यक्ष व अप्रत्यक्षपणे नेतेच घेत असतात, किंवा त्यांचा खास समर्थक कंत्राटदार असतो. एकंदरीत नेते, ठेकेदार व अधिकारी यांची मिलीभगत असते आणि 'चोर-चोर मौसेरे भाई' या म्हणीप्रमाणे संबंध जोपासत शासकीय कामे चालत असतात.

प्रत्यक्षात विकास कामात व दैनंदिन कामात चालणारा भ्रष्टाचार हा मोठा भाग झाला आहे. म्हणून शासनाने भ्रष्टाचार प्रतिबंधक खात्याचा एक स्वतंत्र मंत्री द्यायला हवा, त्यांच्याकडे सर्व खात्याचे भ्रष्टाचार प्रकरणे आणि भ्रष्टाचार होणारच नाही, अशी सक्षम यंत्रणा दिली पाहिजे, मात्र असे होणार नाही, कारण प्रशासनातील भ्रष्टाचार निपटून काढण्याची सरकारचीच मानसिकता नाही, असे म्हणता येईल. भ्रष्टाचाऱ्यांची तक्रार करूनही अनेक वेळा काहीच कारवाई होत नाही, उलट माहिती अधिकार वापरून किंवा गैरप्रकाराचे पुरावे देणाऱ्यास पद्धतशीरपणे संपविले जाते.

त्यामुळे सज्जन व्यक्तीचे हे कामच नाही असे झाले आहे. कर्मचारी, अधिकारी, ठेकेदार व नेते यांच्यात एक दुष्टचक्र तयार झाले असून जणू काही हे सर्व लुटण्यासाठीच बसले आहेत काय, असा प्रश्न उपस्थित होतो.

राज्यात बड्या भ्रष्ट अधिकाऱ्यांचे जाळे आहे, ते कुणालाही जुमानत नाहीत, त्यांनी सर्वत्र सेटिंग केलेले असते. इतपरही गैरप्रकार व भ्रष्टाचारात पकडलेच गेलो, तर परत त्याच गैरप्रकाराने सुटता येते, याची त्यांना खात्री आहे, गब्बर होणारे हे अधिकारी समाजात गुन्हेगारांपेक्षाही घातक आहेत. यांना ओळखणे थोडे कठीणच असते, हेच अधिकारी आध्यात्मिक असल्याचा आव आणतात, पायी वारी करतात, समाजात देणगी दाते व प्रतिष्ठित म्हणून मिरवित असतात. वास्तविक सुशिक्षित गुन्हेगार असलेल्या या भ्रष्ट अधिकाऱ्यांचे गब्बर होणे, सातत्याने सुरूच असते. म्हणूनच तर म्हणतात अधिकारी गब्बर असणारच!

शेवटी मंगेश पाडगावकरांच्या ओळी आठवतात...

'जमाखर्च स्वातंत्र्याचा मांडणार केव्हा?
जाब उंच प्रासादांचा मागणार केव्हा?
घाम ओतुनी जो पिकवी मळे अमृताचे
दिवा झोपडीतून त्यांचा लागणार केव्हा?'

०००

३०. सरकारी नोकरी प्यारी ?

सरकार, शासकीय कार्यालये तसेच शासकीय अधिकारी व कर्मचारी तसेच सरकार चालविणारे राजकीय नेते हे बिघडले आहेत, बोगस आहेत, भ्रष्ट आहेत. दारुडे आहेत, अशी चर्चा सर्वत्र होत असते.

तसेच सरकारी शाळा खराब, सरकारी बसेस म्हणजे खटारा, सरकारी योजनांची अंमलबजावणी व्यवस्थित होत नाही, सरकारी दवाखाने म्हणजे घाणच घाण, सरकारचे काम म्हणजे निकृष्टच, असेही सर्रासपणे बोलले जाते. प्रसंगी सरकारी कर्मचारी व अधिकाऱ्यांना शिव्यांची लाखोली वाहली जाते. जनतेच्या पैशावर सरकारी कर्मचारी डल्ला मारतात, त्यांना तेथून काढले, तर प्रायव्हेटमध्ये अर्ध्या पगारावरही नोकरीवर कोणी ठेवणार नाही, असे खात्रीने सांगितले जाते, तसेच इतरत्र कोठेही व कोणीही व्यवस्थित काम करीत नसेल, तर 'हे काय सरकारी काम समजलात काय?' असेही सुनावले जाते.

एकंदरीत सरकारी काम म्हणजे बोगस काम, असेच समीकरण तयार झालेले आहे, तर सरकारमध्ये कोणीही येवो ही संपूर्ण व्यवस्थाच किडली आहे, काहीही फरक पडणार नाही, असेही आम्ही सांगतो आणि दुसरीकडे या व अशा व्यवस्थेत कर्मचारी, अधिकारी व सत्तेतील नेता, जनप्रतिनिधी म्हणून आपण किंवा आपले नातेवाईक असावेत, यासाठी आटोकाट प्रयत्न करतो, असे का? स्वत:च्या मुलीचे किंवा नातेवाईक मुलीचे लग्न जुळविताना शासकीय कर्मचाऱ्याला प्राधान्य का देतो? तो कर्मचारी रंगाने काळा असेल, थोडं अपंगत्व असेल मात्र सरकारी नोकर

असेल, तरी स्वीकारण्यासाठी आपण तयार असतो? स्वत:च्या कुटुंबीयांना शासकीय नोकरी मिळावी यासाठी वाट्टेल ते करण्यासाठी आपण का तयार होतो? तर म्हणे, शासकीय नोकर असला की आयुष्य बिनफिकीर, चिंतामुक्त होते. थेट शासकीय नोकरी नसेल, तर स्थानिक स्वराज्य संस्था अर्थात महानगर व नगरपालिका, जिल्हा परिषद, पंचायत समिती, कृषी उत्पन्न बाजार समिती या व इतर निमशासकीय संस्था, वीज कंपनी, बीएसएनएल कंपनीसारख्या शासकीय आधिपत्याखालील कंपनीच्या नोकरीसाठीही काही पण करण्याची तयारी असते. काही अनुदानित शाळेत शिक्षकांच्या पदासाठी २२ ते २५ लाखांपर्यंत संस्था चालक घेत आहेत. अर्थात प्रश्न निर्माण होतो की, फक्त नोकरी या एका कारणांसाठी मात्र सरकार बोगस का नाही?

दैनिक देशोन्नतीचे मुख्य संपादक प्रकाशभाऊ पोहरे यांनी यासंबंधी एक चारोळी तयार केली आहे :

'कमी काम,
जास्त पगार,
कुठलीच नाही जबाबदारी
सरकारी नोकरी म्हणूनच प्यारी ।'

समाजात पूर्वी 'उत्तम शेती, मध्यम व्यापार व कनिष्ट नोकरी' म्हटले जायचे, तर आता या उलट झाले असून, ''उत्तम नोकरी, मध्यम व्यापार आणि कनिष्ट शेती' असे दिसून येते.

सरकारी नोकरी ही सुरक्षित नोकरी आहे, येथे तक्रारी व गैरप्रकार झाल्यानंतरही नोकरी वाचविण्यासाठी भरपूर वाव आहे, कर्मचाऱ्यांना व्यवस्थित पगार, महागाई भत्ता, नवीन नवीन वेतन आयोग, पेन्शन, मृत्यूनंतर विमा, कुटुंबाला निवृत्ती वेतन इत्यादीमुळे तसेच गैरप्रकारातून होणाऱ्या कमाईमुळे सरकारी नोकरीचे आकर्षण आहे, ही बाब नाकारता येगार नाही. उलट हीच जमेची बाजू समजून या नोकरांना जास्त जबाबदार बनविणे आणि जबाबदारीने वेळेच्या आत योग्य ती कामे करायला शिकवणे आणि कामे करीत नसल्यास कडक कारवाई होणे पण गरजेचे आहे.

सरकारी कर्मचारी झालेले लोक आपल्यातीलच आहेत आणि खुर्ची डोक्यात शिरली की, तेच जनतेला लुटत आहेत. या आशयाचा एक शेर आठवतो...

'हमें तो अपनोने लुटा
गैरो मे कहाँ दम था ।
मेरी कश्ती वही डुबी
जहाँ पानी कम था ।।'

सरकारी नोकरी प्यारी आहे, तर सरकारी व्यवस्था दुरुस्त करणे, चुकीच्या कर्मचाऱ्यांना पाठीशी न घालता अद्दल घडविणे, त्यांना लाचलुचपतमध्ये पकडून देणे, त्यांचा आळस घालविणे, त्यांना सुधारवण्यासाठी प्रयत्न करणे, इत्यादी कामे किती लोक करतात, ही जबाबदारी आम्हा सर्वांचीच, म्हणजेच कुणा एकाची नाही, असेच झाले नाही का आणि अशाने समाजाचे काय भले होणार, इत्यादी प्रश्न उपस्थित होतात.

बहुतांश सरकारी नोकर म्हटला की, 'खुर्चीवर बसण्याचा पगार शासन देते, तर काम करण्याचा पगार, ज्याचे काम असेल तो देईलच' अशी वृत्ती मोठ्या प्रमाणात पसरली आहे; तर 'जे तापातही काम करतात ते व्यापारी आणि ज्यांना कामाचाही ताप होतो ते शासकीय अधिकारी' असेही म्हटले जाते. तेव्हा अशा या भरतीत आपल्या कुटुंबातील किंवा नातेवाईक भरती व्हावे, शासकीय अधिकारी व्हावे, असे का वाटते, तर आपण या बाबतीत फक्त स्वार्थी झालो आहोत, एवढे मात्र खरे!

OOO

३१. शासनाच्या कागदी घोड्यांचा गोंधळ !

शासन व प्रशासन चालविणे म्हटले की, एक व्यवस्था, पद्धत आवश्यक असते. ही पद्धत फक्त कागदोपत्री बरोबर असली, म्हणजेच सर्व काही 'ऑल वेल' आहे, असेच प्रशासन व त्यावरचे शासन मानते. वास्तविक शासकीय कागदोपत्री अनेक वेळा जे असते किंवा दिसते, तेच प्रत्यक्षात असते, असे नाही. परंतु नोकरशाही प्रधान या लोकशाहीमध्ये कागदोपत्री 'मेळ' व हा मेळ करण्याचा 'खेळ' ज्यांना जमला, त्यांचे सर्व काही जमले, असेच आहे. व्यवस्थेत काम करणाऱ्या अधिकाऱ्यांना व कंत्राटदारांना सोयीचा ठरणारा हा कागदपत्रांचा 'मेळ' मात्र सर्वसामान्यांना त्यांच्या स्तरावर त्रस्त करणारा असतो.

शासकीय योजनांसाठी व विविध कामांसाठी जी कागदपत्रे लागतात त्याची वैधता, उपयोगिता आणि जुळवाजुळव हा सर्व चिंतेचा व त्रासाचा विषय आहे. सर्व ठिकाणी सर्रासपणे शासकीय पुरावा तसेच भारतीय नागरिक असल्याचा पुरावा म्हणून पुरवठापत्रिका/शिधापत्रिका म्हणजेच रेशन कार्ड वापरले जाते, तर 'ही पुरवठापत्रिका/शिधापत्रिका शिधा वस्तूंसाठीच दिलेली आहे. अन्य कोणत्याही पुराव्यासाठी नाही' असे रेशन कार्डावर ठळक अक्षरात छापलेले आहे.

विशेष म्हणजे रेशनसंबंधीच्या व्यवहारात कागदोपत्री जास्त गोंधळ होतो, हे शासनाला मान्यच असेल कदाचित, म्हणूनच या रेशन कार्डाच्या पाठीमागे कवी कुसुमाग्रज यांची 'स्वातंत्र्य देवतेची विनवणी' या कवितेतील काही ओळी छापल्या आहेत. त्यातील खालील ओळी अत्यंत समर्पक

आहेत...

'गोरगरिबा छळू नका ।
पिंड फुकाचे गिळू नका ।।
गुणिजनांवर जळू नका ।

तर याच कवितेतील ज्या ओळी या कार्डावर छापलेल्या नाहीत त्या अशा....

'जनसेवेस्तव असे कचेरी,
ती डाकूची नसे गुहा ।
मेजाखालून, मेजावरतून,
द्रव्य कुणाचे लुटू नका ।।'

कवितेतील या ओळी येथे का गायब केल्या हा पण प्रश्नच आहे, असो. राज्यात श्रीमंतांचे पांढरे, तर मध्यमवर्गीय व गोरगरिबांचे केसरी, पिवळे असलेल्या रेशन कार्डात हजारो बोगस रेशन कार्ड असल्याने यामध्येही बराच गोंधळ आहे.

दुसरे महत्त्वाचे तसेच पुराव्याचे कार्ड म्हणजे आधार कार्ड, म्हणजेच भारतीय विशिष्ट ओळख प्राधिकरणाचे १२ नंबरी हे पत्र, यावरही 'आधार, ओळखीचे प्रमाण आहे, नागरिकत्वाचे नाही' असे नमूद करून 'आधार, भविष्यात सरकारी व खाजगी फायदे मिळविण्यास उपयुक्त आहे' असे छापलेले आहे. विशेष म्हणजे सुमारे १२० कोटी जनतेसाठी 'ऑन लाईन' बनविले जाणारे आधार कार्डसुद्धा बोगस बनवतात की काय; कारण एकाच व्यक्तीचे अनेक आधार कार्ड बनल्याची उदाहरणे आहेत. फिंगर प्रिंट घेऊन अधिकृतपणे ऑन लाईन बनणारे तसेच 'पुन: नामांकन कराना समय की बर्बादी है।' असे ठळकपणे लिफाफ्यावर छापलेले हे कार्ड दुसऱ्यांदा कसे बनते, हा प्रश्नच आहे, तर ३-३ वर्षे उलटूनही पावती असतानाही लोकांना अद्याप आधार कार्ड मिळाले नसल्याचे प्रकार आहेत ते वेगळेच.

उल्लेखनीय म्हणजे आधार कार्डाचा वापर सोयीचा व्हावा म्हणून, खालचा भाग कापण्यासाठी तुटक रेषा व कैची कार्डावर छापली आहे आणि आपण या सूचनेप्रमाणे हे कार्ड 'कट' केले, तर हे अर्धवट कार्ड अनेक ठिकाणी स्वीकारलेही जात नाही, अशी स्थिती आहे. प्रामुख्याने काही बँकेत आणि बीएसएनएलच्या कार्यालयात छोट्या 'सिम' कार्डासाठी मोठा, पूर्ण आधार कार्ड ग्राह्य धरतात. म्हणजे येथेही गोंधळच आहे.

तिसरे म्हणजे विद्यार्थ्यांना देण्यात येणाऱ्या शिष्यवृत्तीसाठीची कागदपत्रे तसेच त्यांचे बँकेत खाते उघडण्याची कसरतच आहे. ग्रामीण भागात नातेवाइकांकडे राहाणाऱ्या मुली व मुले यांच्या शिष्यवृत्तीसाठी कागदपत्रांची जुळवाजुळव, त्याचा

लागणारा खर्च, त्यासाठी लागणारे दिवस, त्या दिवसांची पडणारी मजुरी, राष्ट्रीयकृत बँकेत नेहमी लागणारे तासन्तास, त्या अनुषगांने पालकांची पुन्हा पडणारी मजुरी आणि अखेर तुलनात्मकदृष्ट्या मिळणारी शिष्यवृत्तीची तोकडी रक्कम, हा सर्व प्रकार त्रासदायक आहे; तर शेकडो शिक्षक, हजारो विद्यार्थ्यांच्या शिष्यवृत्तीचे ऑन लाईन फॉर्म भरणे, बँकेत खाते उघडून देणे हेच काम करीत आहेत, हा पण गोंधळ नाही का?

आता गॅस सिलिंडरसाठी सबसीडीची रक्कम बँक खात्यात जमा करणार आहेत, अर्थात सुरुवातीला पूर्ण पैसे द्या आणि नंतर सबसिडी घ्या, म्हणजेच पुन्हा बँकेचा ताप वाढणार, बँकेत लवकर खाते उघडले जात नाही, हे काम गर्दीचे, खर्चीक आणि वेळखाऊ असे आहे, हे कोण पाहणार? त्यातही सबसीडीसाठी आधार कार्ड आवश्यक असून आता तर गॅस एजन्सीतच आधार कार्ड तयार करून मिळते.

दरम्यान राज्यशासन, केंद्रशासन यांचे आधार कार्डाबाबत नसलेले समन्वय, तर आधार कार्ड सक्तीचे नाही, अशी न्यायालयात शासनाने दिलेली कबुली, हा नवीन गोंधळ नाही का? असे म्हणतात ना, जे सरळ चालत नाही, ते सरकार.

एकंदरीत गोरगरीब व मध्यमवर्गीयांच्या अशा अनेक योजनांमध्ये कागदी घोडे अडथळीचे ठरत आहेत, त्यामुळे साधे आणि सोपे व्यवहार, तसेच वेळ व खर्च वाचविणाऱ्या पद्धती असाव्यात, ही अपेक्षा गैर नाही. अनेक वेळा तर 'भीक नको पण कुत्रा आवर' असे म्हणण्याची वेळ नागरिकांवर येते, एवढे मात्र खरे!

शासनाच्या संजय निराधार, श्रावण बाळ व इतरही अनेक विविध योजनांसाठी लाभार्थी व नातेवाइकांना बँकेत व शासन दरबारी होणारा प्रचंड त्रास तसेच निवडणूक ओळखपत्रावरील ओळखू न येणारा आपलाच फोटो पाहून वाईट वाटावे, असे चित्र आहे. मात्र स्वत:ला आधार द्यावा, असे सांगणाऱ्या एका शायरचा शेर आठवतो...

'जिंदगी खू गरे अलम,
फरदे गम मे भी मुस्कुराती है ।
बासरी के सीनेमे जख्म है,
फिर भी वह गीत गाती है ।'

○○○

३२. अनुदान : बुडत नाही आणि वेळेवर मिळतही नाही

'तु किससे फरीयाद कर रहा है दोस्त,
उस कुर्सीपर बैठा शख्स बहरा है ।'

राज्यात काम करणाऱ्या विविध शासकीय व गैरशासकीय अनुदानित संस्थांना राज्यसरकार अनुदान (ग्रॅण्ड) देते. मात्र सदर अनुदान त्या त्या शैक्षणिक, सामाजिक संस्थेला ठरलेल्या वेळेनुसार मिळत नाही. त्यामुळे संस्था, कर्मचारी व संबंधितांना अनेक समस्यांना तोंड द्यावे लागते, म्हणूनच 'शासकीय अनुदान म्हणजे बुडत नाही, पण वेळेवर मिळतही नाही' अशी स्थिती असल्याचे सर्रासपणे बोलले जाते.

अनेक चांगल्या संस्था प्रामाणिकपणे व ठरवून दिल्याप्रमाणे सामाजिक कार्य करतात. त्यातील प्रामुख्याने सामान्यशाळा व विशेष निवासी शाळा, ज्यामध्ये अस्थिव्यंग, कर्णबधिर, अंध, मतिमंद इत्यादी विद्यालयांनाही ६-६ महिने अनुदान मिळत नाही, शिक्षकांचे पगार थकतात, तसेच शिक्षकेतर कर्मचारीही अडचणीत येतात. एकतर तोकडे अनुदान, त्यातही शिस्तीने, नियमितपणे व ठरवून दिल्याप्रमाणे मिळत नसल्याने संबंधितांना प्रचंड त्रास, मनस्ताप सहन करावा लागतो, तर त्या संस्थेवर अवलंबून असलेल्यांचे हाल बेहाल होतात. उशिरा अनुदान देण्याची तसेच कोणत्याही प्रकल्पासाठी उशिरा निधी देण्याची शासनाची परंपराच झाली आहे. परिणामी प्रकल्पांच्या कामाला उशीर होतो, त्याची किंमत वाढत जाते, तो भुर्दंड जनतेलाच पडतो. दुसरीकडे अनुदानित सामाजिक संस्थेवर अशा स्थितीत संस्था चालविताना कर्जाचा डोंगर वाढत असतो, 'नाही म्हणता येत नाही, अन्

धड चालविता येत नाही' अशी स्थिती होते, कारण सर्व सोंगे आणता येतात मात्र पैशाचे सोंग आणणे कठीण असते, म्हणून सर्वांनाच त्रास होतो, असे म्हणतात ना...

'दर्द वही जानता है,
जिसके दिल मे दर्द है ।'

विद्यार्थ्यांच्या शिष्यवृत्तीचे अनुदानही संस्थेला दोन दोन वर्षे उशिरा मिळते, तोपर्यंत विद्यार्थी निघून गेलेला असतो. मग ती शिष्यवृत्ती त्या गरीब विद्यार्थ्यांच्या काय कामाला आली? अशाने शिष्यवृत्तीचा मूळ हेतूच संपुष्टात येत आहे. यातही शिष्यवृत्तीची देयके हरविली जातात, पुन:पुन्हा मुख्याध्यापकांना विद्यार्थ्यांची यादी देऊन देयके द्यावी लागतात, हा त्रास वेगळाच.

अनुदान अनेक क्षेत्रांत दिले जाते, प्रामुख्याने सामान्य शाळा, विशेष निवासी शाळा, मदरसा, वारकरी शाळा, अपंग शाळा, ग्रंथालय, चित्रपट व नाटक, कृषी अवजारे व साहित्य, सिलेंडर, रॉकेल, बचत गट, हज यात्रा, साहित्य अकादमी, सामूहिक विवाह इत्यादींसह विविध सरकारी योजनांवर हजारो कोटींचे अनुदान दिले जाते.

एकंदरीत अनुदान देणारे विविध खाते, विविध आयुक्त तसेच विविध शहरांतील मोठी कार्यालये यासाठी होणारी 'प्रोसेस' हे सर्व कठीणच. वेळेवर प्रोसेस न होणे, टेबलवर्क न होणे, फाईल गहाळ होणे, ट्रेझरीचे काम, फायनान्सचे काम, त्यात 'बजेट आले नाही' अशी सूचना, या सर्व प्रकारांतून हे अनुदान निघत असते, येथे वेळेचे बंधन व शिस्त पाळली जात नाही.

शाळांच्या अनुदानाबाबतही अनियमितता आहे. शाळांना वेतन अनुदान व वेतनेतर अनुदान दिले जाते. मात्र खाजगी सामान्य शाळांना २००२ पासून अनुदान दिलेले नाही; आणि देणार नाही असेही कळविले नाही. वेतन खर्चाचे १२ टक्के वेतनेतर अनुदान देऊन त्यातून खडू, फळा इतर आवश्यक साहित्यासाठी खर्च करायचे असते. मात्र अनुदान मिळत नसल्याने अनेक खाजगी शाळेत शिक्षकांकडून दरमहा वर्गणी करून हा खर्च करण्याची पद्धत काही शाळांनी लावली आहे. वाढत्या वेतनाचे १२ टक्के शक्य नसेल, तर किमान ५ टक्के तरी अनुदान द्यावे, अशी मागणीही शासन दरबारी धूळ खात पडली आहे; तर विशेष निवासी शाळांना हे अनुदान कमी करून ८ टक्के देण्यात येत आहे, ते पण नियमित नाही. अनुदानाचा गोंधळ व त्यासाठी होणारा त्रास पाहिला की, 'भीक नको, पण कुत्रा आवर' असे म्हणावेसे वाटते, मात्र संस्था चालकांचा नाइलाज असतो.

दुसरीकडे काही संस्था तर शासकीय अनुदान लाटण्यासाठीच स्थापन झाल्या

आहेत. कागदोपत्री जुळवाजुळव करून अनुदान घेऊन मजेत आहेत, त्यांना उशिरा अनुदान मिळाले काय आणि अनुदानासाठी भ्रष्टाचार करावा लागला काय याने फरक पडत नाही अशा संस्था शोधून त्यांचे अनुदान रोखणे, कारवाई करणे गरजेचे आहे. मात्र एकतर त्या बोगस संस्था राजकीय नेत्यांच्या, कार्यकर्त्यांच्या आहेत किंवा 'कुरण' साठी सोयीच्या असल्याने त्यांच्याविरुद्ध कारवाई होत नाही.

अनुदानित सर्वच संस्था गैरप्रकार करतात, ते फुकटचे अनुदान घेतात, त्यांच्याकडून लाच मिळालीच पाहिजे असे सरसकट समजून लालफितशाहीचा त्रास दिला जातो. तर याबाबत एखाद्या संस्थेने तक्रार केल्यास त्या संस्थेला त्रास देणे, वाळीत टाकले जाते, हे कदापि योग्य नाही आणि समाजहिताचे पण नाही. मात्र या दुखण्याकडे नियमित लक्ष कोण देणार? प्रत्यक्षात व्यवस्थाच व्यवस्थित करणे गरजेचे आहे. ती प्रयत्नपूर्वक केली पाहिजे, समाजकार्य करण्यासाठी निघालेल्या संस्थांना जिवंत ठेवणे, प्रोत्साहित करणे गरजेचे आहे.

शेवटी कुप्रकाराचा अंत व्हावा, या आशयाचा एक शेर आठवतो...

'सरफिरी हवाओंका सर कुचलना
बहोत जरुरी है ।
मै तुम्हारे घर का चिराग हुँ,
मेरा जलना बहोत जरुरी है ।'

OOO

३३. तर खोटे कोण बोलते?

'यहाँ हर शख्स को,
झूठ से नफरत है ।
मैं परेशान हूँ ये सोचकर
की फिर ये झूठ बोलता कौन है ।'

समाजात आपल्याला आपल्यासह हजारो लोक भेटतात, जे सहज म्हणतात की, त्यांना खोटे बोलणे, खोटे करणे मुळीच आवडत नाही. प्रत्येक व्यक्ती असे ठासून सांगत असते, मग प्रश्न पडतो की, खोटे बोलते कोण अन् खोटे करते कोण?

दैनंदिन व्यवहारात आपण कुटुंबीयांशी प्रामुख्याने पत्नीशी, साहेबांशी, अपरिचितांशी, अनेक वेळा मित्रांशीही थोड्या फार प्रमाणात खोटे बोलत असतो. तर राजकारणात, व्यवसायात, मार्केटिंगमध्ये खोटे बोलावेच लागते, असे अनेक लोक म्हणतात. खरे बोलले, तर व्यवसाय चालणारच नाही, असा समज यांचा असतो. थोडक्यात खोटे बोलणे ही आमची सवय झालेली आहे.

विशेष म्हणजे तोंडावर व पाठीमागे खोटे बोलणे व खोटे ऐकणे अनेकांना आवडते. आपला स्वभाव छान, व्यक्तिमत्त्व सुंदर, जनसंपर्क दांडगा, काम उत्तन, समाजकार्य प्रेरणादायी, दानशूरपणा उल्लेखनीय, सहकार्य चांगलेच, जबदरस्त संघर्ष असे सर्रासपणे खोटे सांगून प्रशंसा करणारे लोकांना आवडतात, तर अनेक वेळा आपल्या बाबतीत ही खोटी प्रशंसा आहे, असे कळत असूनही आपल्याला ऐकायला छान वाटते व आवडतेही. 'तू खोटे बोल, मी खोटे ऐकतोय' अशा पद्धतीने हे चालते.

वास्तविक खोटे बोलणे, संभ्रमित करणारे बोलणे व खोटी माहिती देणे, हा सर्व प्रकार चलाखीचा, धूर्तपणाचा एक भाग आहे. आपल्यासोबत कोणी खोटे बोलले तर आवडत नाही, मात्र आपण इतरांसोबत खोटे बोलतो, वेळ देऊनही पाळत नाही, कबूल करून नाकारतो, ते मात्र चालते, अशी स्थिती आहे. चर्चा करताना किंवा माहिती देताना 'मी तुमच्याशी तरी खोटे बोलेल का? असे विश्वासाने विचारणारे लोक एक प्रकारे 'इतरांशी मी खोटे बोलेल' असेच अप्रत्यक्षपणे सांगत असतात.

खोटे बोलणारे गुन्हेगार असतात, हे लक्षात ठेवून देशात कायदे झाले की काय, असे वाटते. गुन्हेगार खोटे बोलतात म्हणून पोलिसांनी 'लाय डेटेक्टर' (खोट काय? ते तपासणारी मशीन) वापरणे सुरू केले आहे, दारू पिऊन वाहन चालविणारा व मिरवणुकीत नाचणारा कार्यकर्ता खोटे बोलतो म्हणून 'अल्कोहोल टेस्टिंग मशीन' पोलीस वापरतात. (कदाचित दारू पिणारा खरे बोलतो हा गैरसमज आहे, हे पोलिसांना माहिती असेल) तद्नंतर कोर्टात साक्ष पुरावा देणारे दोन्ही बाजूकडचे साक्षीदार साक्ष देण्यापूर्वी 'देवाची शपथ खरे तेच बोलेन' असे म्हणतात, या प्रकाराला काय म्हणणार; कारण दोन बाजूंपैकी एक तर खोटी असतेच आणि कुणाची बाजू योग्य यासाठी प्रकरण न्यायालयात दाखल झालेले असते. असो.

खोटे बोलणे हे लहान मुलांसाठी पाप, मोठ्यासाठी- गफलत, प्रेमिकांसाठी- एक कला, वकिलांसाठी - व्यवसाय, राजकारण्यांसाठी - गरज, बॉससाठी - व्यवस्थापन कौशल्यातील एक औजार, कनिष्ठांसाठी क्षुल्लक बाब, ब्रह्मचाऱ्यासाठी मिळविलेले यश आणि विवाहित पुरुषांसाठी जीव वाचविण्यासाठीची धडपड, असे गमतीने सांगितले जाते.

खोटे बोलणे कोणी शिकवत नाही, तर आपण लहानपणीच शिकतो, असेही मानले जाते. तर लागलेल्या या सवयीमुळे अनेक वेळा आपण स्वत:शीही खोटे बोलत असतो, 'मी हे करू शकत नाही, माझे स्वप्न कधीही पूर्ण होणार नाही, आजचा माझा दिवस वाईट, त्याच्याशिवाय मी जगूच शकत नाही' असे खोटे बोलत असतो, तर असे खोटे बोलून आपण नकारात्मक विचार करायला लागतो, परिणामी, स्वत:साठी घातक ठरतो.

जीवनात सर्वांनाच थोडे फार खोटे बोलावेच लागते, किंबहुना त्याशिवाय दिनचर्या व दिनक्रम सुखाने पूर्णच होणार नाही, असे मानणारे लोक आहेत. हे लोक वेळ मारून नेणे, अप्रिय गोष्ट टाळणे, एखादे काम चटकन उरकणे, स्पष्टीकरण द्यायचे टाळणे, इत्यादींसाठी कुणाचे नुकसान न करता सातत्याने खोटे बोलत असतात.

'सायकॉलॉजी ॲण्ड एजिंग' या जर्नलमध्ये प्रसिद्ध संशोधनानुसार सरासरी वयस्कर व्यक्ती सहजपणे खोटे बोलू शकत नाही, शिवाय समोरची व्यक्ती खोटे बोलत आहे, हे ओळखण्याची त्यांची क्षमताही कमी असते. खोटे बोलण्यासाठी स्मरणशक्ती, नियोजन कौशल्य आणि सामाजिक जाण याची गरज असते, या क्षमता वयोमानानुसार कमी होतात. अर्थातच मध्यमवयीन व तरुण वर्ग जास्त खोटे बोलतात.

चांगले जीवन जगण्याची पाच तत्त्वे सांगितलेल्या पंचशीलमध्येही 'खोटे न बोलणे' हे एक तत्त्व नमूद आहे. तसे, तर खरे बोलण्याचा एक फायदा हा पण असतो की, काय बोलले ते लक्षात ठेवावे लागत नाही. शेवटी खरे ते खरेच असते. तेव्हा नेहमी खरे बोलण्याचाच प्रयत्न केला पाहिजे, त्याने मनोबल, प्रतिष्ठा, विश्वास वाढतो, एवढे मात्र खरे!

शेवटी अनेकांमध्ये खरे बोलण्याची हिंमत असते; परिणामाची पर्वा न करता ते खरे बोलतात. त्यांच्या वतीने एक शायर म्हणतो,

'अपनी आदत से हम भी तो मजबूर है ।
हमको सच बोलके सजा दीजिये ।'

ооо

३४. आरोप व चारित्र्यहनन सोपे काम

'लोग टूट जाते है,
एक घर बनाने में ।
तुम तरस नही खाते हो,
बस्तियाँ जलाने में ।'

समाजात, राजकारणात काम करणाऱ्या सर्व व्यक्ती भ्रष्ट, चारित्र्यहीन, अहंकारी, करोडो करोडो कमविणारी, संवेदनहीन, भावनाशून्य, खुनशी, काडीबाज आहे, असा सरसकट समज पसरविला जात आहे. काही अंशी हा आरोप खराही असला तरी बहुअंशी असे नाही. सर्व क्षेत्रात लाखो लोक काम करतात तर असे आरोप असलेले असतात, मुळात आरोप करणारे व कुणाचीही बदनामी करणारे कोणत्या हेतूने व स्वार्थापोटी आरोप करीत आहेत, हे पण पाहिले पाहिजेत.

समाजात चुकीचे व गैरकृत्य केल्याशिवाय श्रीमंत होताच येत नाही; तसेच "कई गरिबोंकी झोपडीयाँ गिरती है, तब बंगले खडे होते है"। आदी फिल्मी स्टाईल वाक्ये सांगून श्रीमंत किती स्वार्थी, पापी असतात असेच चित्र निर्माण केले जाते. मात्र या श्रीमंतांच्या धर्मादाय फंडातून उभारलेल्या धर्मशाळा, दवाखाने, शाळा, थंड पाणपोई, मंदिराचे जीर्णोद्धार इत्यादींचा वापरही समाजातील लोकांसाठीच होत आहे, हे साफ विसरले जाते. आपण स्वत: चांगले, छान करायचे नाही. मात्र दुसऱ्याच्या चालणाऱ्या कामात व संस्थेत आरोप करून समाजकारणासाठी निघालेल्या व्यक्तीचे चारित्र्यहनन करीत खच्चीकरण करायचे असे उद्योग अनेकांनी चालविले आहेत. दिवसभरात

एकाचेही कौतुक न करता, कोण किती बदमाश, नंबरी आहे, याची चर्चा करीत राहण्याचा उद्योगही अनेकांचा आहे. विविध आरोप करायचे, बदनामी करायची, असे लोक बोलतात, चर्चा आहे असे सांगून मोकळे व्हायचे, असे तंत्र वापरले जात आहे.

प्रत्येकाने आपल्याला हवे तसे सोयीचे काम करावे. ज्या नेत्याने, अधिकाऱ्याने व समाजातील प्रतिष्ठिताने तसे केले नाही की, तो पैसे खातो, तो स्त्रीलंपट आहे, स्वत:ला शहाणा समजतो व शेवटी जातीयवादी आहे, जातीचा द्वेष करतो, इत्यादी आरोप करीत सुटायचे, अशी प्रवृत्ती बळावत आहे. प्रत्यक्षात असे आरोप व बदनामी करणाऱ्या या लोकांना प्रत्येकाने आपल्या बाजूने नि:पक्ष राहावे, असे सुचवायचे असते. दुसरीकडे वास्तविक आपल्या कामाशी प्रामाणिक असणाऱ्याला याचे काही घेणे-देणे नसते, मात्र त्याला अडथळा करणारेही त्याच्या वर आरोप करणारे त्याला काम करू देत नाहीत. वास्तविक केलेले आरोप सिद्ध करू शकत नाही किंवा प्रत्यक्षात सर्वांना दिसून येत नाहीत. तरीही असे आरोप करून आरोप करणारे काय साध्य करतात? तर फक्त समोरच्याची बदनामी एवढेच आरोप करून किंवा समोरच्याला चिडवून आसुरी आनंद घेणे, त्याचे लक्ष विचलित करणे, त्याला त्याच्या उद्दिष्ट व ध्येयापासून रोखणे एवढेच काम आरोप करणाऱ्याचे असते. निंदा ऐकण्यात रस असणारे मात्र यामध्ये आनंद घेतात, असे चित्र समाजात दिसून येते.

आरोप करणे हा प्रकार पुरातन काळापासून चालत आलेला आहे. रामायण, महाभारत तसेच अनेक आख्यायिका, दंतकथा यामधून हे प्रकार सांगितले जातात. अर्थात समाजात ही प्रवृत्ती पूर्वापार आहेच. आरोपाला विरोध केला, तर 'खरे कसे झोंबते?' हे म्हणणारे आणि आरोप होऊनही शांत राहिले, तर 'खरेच आहे म्हणून तर गप्प बसलात,' असे म्हणणारेही असतातच.

आपल्याला समाजातील चार लोक व घरातील ज्येष्ठ आदरणीय व्यक्ती जर चांगले म्हणत असतील, आपण स्वत:च्या व इतरांच्या नजरेतून उतरणार नाही, कुठेही आणि केव्हाही आपल्या वर्तनामुळे खाली पाहावे लागण्याची वेळ येणार नाही, असे कार्य प्रत्येकाने करावे, असेच समाजाला अपेक्षित आहे; तर असे कार्य करणाऱ्यांनी आरोपांची भीती बाळगण्याचे कारण नाही, आरोप होतच असतात आणि कालांतराने त्या आरोपात काही तथ्य नव्हते हे स्पष्ट होत राहत असल्याची अनेक उदाहरणे पाहावयास मिळतात.

वास्तविक वैयक्तिक स्वार्थ व द्वेष या भावनेतून सहसा आरोप व बदनामीचे षडयंत्र रचले जाते किंवा एखाद्याचे मोठेपण सहन न झाल्यास आरोप, बदनामी करून त्या व्यक्तीला समाजात खाली पाहण्याचा प्रसंग निर्माण केला जातो. समाजालाही

आरोप व बदनामी करणाऱ्यांची भाषा सहज पटते, त्यामुळेच आरोप व बदनामीचा प्रसार आणि प्रचार झपाट्याने होतो.

अनेकांना समाजात अशा वाईट प्रवृत्तीचा भरपूर त्रास होतो. आरोप होतातच म्हणून कामच करू नये, असाही विचार अनेक प्रामाणिक व्यक्ती करतात. अशाने समाजाचे नुकसान होते. शेवटी आरोप व बदनामीचे आयुष्य संपुष्टात येते, हे तेवढेच सत्य असले तरी अशा वृत्तीमुळे मात्र ज्याच्यावर आरोप होतात, अशांपैकी अनेकांचे कौटुंबिक जीवन काही काळापुरते तरी कलुषित होते, हेही तेवढेच खरे आहे.

शेवटी नेहमी चांगल्याच गोष्टींची चर्चा करा या आशयाचा एका शायरने म्हटलेला शेर आठवतो...

'बात अच्छी है,
तो उसकी हर जगह चर्चा करो,
है बुरी तो, दिल मे रखो,
फिर उसे अच्छा करो ।'

ooo

३५. फॅशनच्या नावाखाली नंगानाच

पाँव तेरे जमीं पर पडते नहीं, उडी जा रही हो पवन की तरह।

तुम्हे भाईयोंकी कमी खलेगी नही, तुम चलना तो सिखो बहन की तरह ।

समाजात कुणी कसे राहावे किंबहुना कोणी कसे वस्त्र परिधान करावे, हा ज्याचा त्याचा प्रश्न असला, तरीही विचित्र काही केले, तर चर्चा मात्र होणारच. सद्य:स्थितीत 'महिलांचे वस्त्र परिधान' हा विषय बहुचर्चित आहे. एकीकडे फॅशनच्या नावावर महिलांचे कपडे आखूड किंवा काही वस्त्र तर गायब होत आहेत, तर दुसरीकडे पुरुषवर्ग मात्र बूट-मोजे ते कोट-टाय पर्यंत 'अप टू डेट' होत आहे. मुली पँट किंवा थ्री फोर्थ, बरमुडा, दीड वितीचा छोटा डिव्हायडर; तसेच टी-शर्ट, जीन्स पँट आदी टाईट कपडे घालून शरीररचना प्रदर्शित करीत आहेत, तर दुसरीकडे मुलेही लांब केस ठेवून, कानात बाळी घालून मुलींसारखे राहत आहेत. म्हणजेच मुले मुलीसारखे तर मुली या मुलांसारख्या राहायला लागले आहेत. हे सर्व प्रकार फॅशन किंवा बॉलिवूड कलाकार करतील ती फॅशन, हा प्रकार सोडून 'आपण जे काय वेगळे करू, तीच फॅशन' असे नवे समीकरण समोर येत आहे. महिलांच्या बाबतीत फॅशन म्हटले की, प्रामुख्याने अंगावरचे कपडे कमी किंवा छोटे का होत जातात? ब्लाऊजचा समोरचा व पाठीमागचा गळा मोठा का होतो आहे? सताड उघड्या पाठीचे दर्शन कशासाठी व कुणासाठी? आदी बाबी कळत नाहीत. उलट या बाबत प्रश्न उपस्थित केला, तर 'फॅशन आहे' किंवा 'मी सुंदर आहे' एवढेच काय ते उत्तर मिळते. मात्र

उघडी पाठ पाहून 'पाठ सुंदर दिसते' असे कोणी म्हटले तर, चालणार आहे का? जे शरीर नवऱ्याला दाखवायचे आहे, ते सर्वांना का म्हणून दाखविले जाते? हे न कळण्यासारखे आहे.

वेश्या तरी एकवेळ वासनांधांच्या भावना शमवून समाजातील इतर स्त्रियांना एक प्रकारे सुरक्षित ठेवण्याचे काम करतात, मात्र अंगप्रदर्शन 'बोल्ड सीन' व 'न्यूड सीन' करणाऱ्या नट्या, हजारो लोकांना विनयभंगासाठी, बलात्कारासाठी प्रवृत्त करतात, असे म्हटल्यास वावगे ठरू नये.

फॅशनच्या अंधानुकरणने भारतीय समाजातील प्रत्येक स्तरातील लोकांना आपल्याकडे आकर्षित केले आहे. शृंगार करावा, छान दिसावे, असे प्रचलन फार पूर्वीपासून आहे. मात्र सध्या फॅशनच्या नावावर अंगप्रदर्शन करून नग्नतेची मर्यादा ओलांडली जात आहे, त्यामुळे विकृती जन्माला येत असल्याच्या प्रतिक्रिया उमटू लागल्या आहेत. आपल्याविषयीचे आकर्षण निर्माण व्हावे, आपल्याकडे प्रदर्शित व्हावे असे वाईट कपडे, टी शर्ट त्यावर नमूद 'Kiss Me' शब्द, आदी बाबी वस्त्रपरिधानाच्या परंपरेला आणि संस्कृतीला पायदळी तुडवीत आहेत. परिणामी मोठ्या शहरात 'लव्ह पार्क' ची तसेच सार्वजनिक ठिकाणी 'किसिंग डे' साजरा करण्याची मागणी तरुण-तरुणींकडून होत आहे.

फॅशनच्या या प्रकारांमुळे व स्वैराचारामुळे पुरुषांमध्ये विकृती जागी होते, त्या विकृतीचे बळी मात्र बहुसंख्येने लहान मुली ठरतात, कारण लहान मुलींना त्यातील फारसे काही कळत नाही आणि दुसरे म्हणजे त्या विरोधही करू शकत नाहीत, तेव्हा सध्याची नागडी फॅशन करणाऱ्या महिला, लहान मुलींसाठी काय देऊन जात आहेत? याचाही विचार होणे गरजेचे झाले आहे. मात्र असे होत नसल्याने याबाबत चर्चा होत आहे. प्रख्यात कवी सुमित्रानंदन पंत यांनी, **'आधुनिके तुम सब कुछ हो, बस नही एक तुम नारी,'** असे म्हटले आहे.

महिलांच्या फॅशन व कपड्यांबाबतीत कोणी बोलायचे नाही, हा त्यांचे स्वातंत्र्यावर हल्ला ठरेल, त्यांना आवरा म्हणण्यापेक्षा स्वतःच्या मुलांना व मित्रांना आवरा, मुलींकडे त्यांनी कशाला पहावे, पुरुषांनीच स्वतःची भावना व नियत चांगली ठेवावी, मुलींवरच बंधने का टाकता? पौराणिक काळातही असेच कपडे नव्हते का? आदी अनेक प्रश्न उपस्थित करून वाढत्या अंगप्रदर्शनाचे समर्थन करणारे अनेक लोक समाजात आहेत. तर वासनांध पुरुषाला आव्हान देणारी सत्य परिस्थिती समजून घेऊन अशा महिलांवर व फॅशनवर टीका करणाऱ्या, स्पष्ट भूमिका मांडणाऱ्या ज्येष्ठ

सामाजिक कार्यकर्त्या सिंधुताई सपकाळ, ॲड. अपर्णाताई रामतीर्थकर, महिला आयोग सदस्या आशाताई मिरगे, राजकोटच्या भाजपाच्या महिला महापौर रक्षा बोरिया आदी महिला पण आहेत. पाश्चात्त्य देशातील संस्कृतीचे अंधानुकरण हे महिलांच्या अधोगतीचे मुख्य कारण आहे, असे मत भारतीय नृत्याच्या प्रख्यात कलाकार डॉ. पद्मा सुब्रमण्यम् यांनीही व्यक्त केले आहे. विशेष म्हणजे अशी भूमिका मांडताच या भूमिकेचे स्वागत करण्याऐवजी 'या वक्तव्यामुळे नव्या वादाला तोंड फुटले, वादग्रस्त विधान केले, महिलांची मानहानी झाली, त्यांच्या स्वातंत्र्यावर गदा आली' वगैरे म्हणून बातम्या देणारे पत्रकारही आहेत.

चित्रपटातील नटी ही प्रदर्शनाची वस्तू झाली आहे. संयुक्त राष्ट्राच्या एका अहवालानुसार अंगप्रदर्शनमध्ये भारतीय चित्रपट खूप पुढे आहे. येथे महिलांना कामुक पद्धतीने दाखविल्या जाण्याचे चलन जास्त आहे, तर महिला नटीला वैज्ञानिक, इंजिनिअर दाखविलेले चित्रपट चालत नाहीत, असे सांगणारा हा अहवाल आहे. अर्थात लोकांना अंगप्रदर्शन आवडते म्हणून अंगप्रदर्शन केले जाते, असेही म्हणता येईल. मात्र दुसऱ्यांना आवडते म्हणून आपण अंगप्रदर्शन करायचे का? हा प्रश्न महत्त्वाचा आहे.

दुसरीकडे अंगप्रदर्शनाने समाजात शांतता, सुव्यवस्था निर्माण होते काय? समाज सुधारतो काय? समाजाचे, तरुणांचे काय भले होते? अंगप्रदर्शनातून साध्य तरी काय करायचे आहे? नटी, सिनेस्टार, अंगप्रदर्शन करतात ते पैशांसाठी, मात्र गावागावांतील महिला व तरुणी अंगप्रदर्शन करतात ते कशासाठी? याचेही उत्तर फॅशन एवढेच सांगण्यात येते. वेश्या तरी एकवेळ वासनांधांच्या भावना शमवून समाजातील इतर स्त्रियांना एक प्रकारे सुरक्षित ठेवण्याचे काम करतात, मात्र अंगप्रदर्शन 'बोल्ड सीन' व 'न्यूड सीन' करणाऱ्या नट्या, लोकांना विनयभंगासाठी, बलात्कारासाठी प्रवृत्त करतात, असे म्हटल्यास वावगे ठरू नये. आजचा हा सर्व प्रकार पाहून एका जुन्या चित्रपटातील गाण्याच्या **'कोण होतीस तू, काय झालीस तू...लाखाचं तारुण्य उधळीत चाललीस तू'** या ओळींची आठवण येते, तर अमिताभ बच्चन व झीनत अमान यांच्या चित्रपटातील **ऐसे कपडो मे इन्हे देखकर सिटीया नही बजेगी, तो क्या मंदिर की घंटिया बजेगी, साब** या अमिताभ बच्चन यांच्या संवादाची आठवण येते.

वास्तविक काळ बदलत राहातो, परिवर्तन हा काळाचा नियम आहे, असे म्हणताना आपण कुठपर्यंत बदलावे हा प्रश्न आहे. आत्मसन्मानाचे रक्षण करावे, दुसऱ्यांना उगाच अश्लील शेरे 'टाँटींग', स्पर्श, शीळ, कटाक्ष करण्याची व

विनयभंग करण्याची संधी देऊ नये. अर्थात स्त्रियांनी त्यांच्या भूमिकेला साजेसे वस्त्र परिधान करणे अपेक्षित आहे. यामध्ये आपली नोकरी व व्यवसायानुरूप राहणीमान ठेवणे, वेशभूषा धारण करणे अपेक्षित आहे. काही संस्थेत शिक्षिका, प्राध्यापिका नीटपणे साडी 'पिनअप' न करता शिकवितात, तर तरुण विद्यार्थी शिकण्याऐवजी त्यांनाच न्याहाळतात, असे प्रकार घडतात.

मी कोठेही आणि कसेही वागेन, असे होऊ शकत नाही, स्वातंत्र्यावर बंधने असलीच पाहिजे, त्याशिवाय सामाजिक स्वास्थ्य टिकू शकणार नाही. वास्तविक बाह्य सौंदर्याच्या प्रदर्शनातून भोगवादी विचारांची, तर आंतरिक सौंदर्याच्या प्रदर्शनातून सात्त्विक विचारांची निर्मिती होते आणि आपण जसे प्रदर्शन करू तसे सभोवतालाचे वातावरण बनते, एवढे तरी समजून घ्यावे, असे वाटते. सद्य:स्थितीतील काही घटना पाहाता चांगला माणूस व त्याची माणुसकी दुर्मीळ झाली, असे म्हटले जात आहे, या आशयाचा एक शेर आठवतो...

तुम आज कह रहे हो, की इन्सान मर गया,
ये हादसा हुए तो जमाना गुजर गया ।

ooo

३६. बलात्कार आणि विवाहितेचा छळ

भारतात प्रसारमाध्यमे जो विषय लावून धरतात त्या विषयानुसार गुन्हे नोंदविण्याच्या संख्येत वाढ होते, असे आढळून आले आहे. सध्या सर्वत्र बलात्कार हा विषय आणि या अनुषगांने वाढणारी गुन्ह्यांची नोंद बहुचर्चित ठरत आहे.

भारतात दर ३० मिनिटाला एक बलात्कार होतो, तर १९९० ते २००८ मध्ये बलात्काराचे प्रमाण दुप्पट झाले. २०११ या वर्षात एकूण बलात्काराचे २४ हजार २०६ गुन्हे नोंदविण्यात आले, असा अहवाल नॅशनल क्राईम रेकॉर्ड ब्युरोने दिला आहे.

खून, मारामारी, दरोडा आदी प्रकरणात बनावट तक्रारींचे प्रकार फार कमी असतात. मात्र बलात्कार प्रकरणात बनावट तक्रारींचे प्रकार जास्त असल्याने ५० टक्क्यांपेक्षाही कमी प्रकरणात आरोपींना शिक्षा होते, उर्वरित अनेक प्रकरणांमध्ये संमती होती, प्रेमप्रकरण होते, आर्थिक देवाणघेवाण होती, असे कोर्टात सिद्ध होते, असाही अहवाल आहे.

त्यातही सामूहिक बलात्काराची प्रकरणे खरी असतात. ती तर 'विकृती' असते मात्र एकांतात, घरात घुसून, कोठे तरी नेऊन एकट्याने केलेल्या 'बलात्कारा' मध्ये महिलेची 'स्वीकृती' असते, असे अनेक प्रकरणांत दिसून येते. एकट्या पुरुषाने महिलेच्या सहमतीशिवाय बलात्कार करणे कठीणच, असेही डॉक्टर म्हणतात. त्यामुळे बलात्काराच्या तक्रारी मुळात किती खऱ्या आणि किती खोट्या,असा प्रश्न निर्माण होतो. बहुतांश वेळी 'कोणी पाहिले म्हणून बलात्कार, नाही तर सत्कार' अशीच स्थिती असते,

तर बलात्कार हे ओळखीच्या तसेच शेजाऱ्यांकडून व नातेवाइकांकडूनच होतात आणि अशा बलात्काराचे प्रमाण ९४ टक्के असल्याचे मागेच जाहीर झाले आहे.

अनेक वेळा तर लग्न केले नाही म्हणून, मागितली तेवढी रक्कम दिली नाही म्हणून, प्रॉपर्टी दिली नाही म्हणून, बदला घेण्यासाठी बलात्काराची तक्रार होते, त्यातही अनेक महिने व वर्षांपासून सतत बलात्कार, एका तक्रारीत, तर २० वर्षांपासून आमिष दाखवून सतत बलात्कार केल्याचा आरोप होता. बलात्कार होत असताना इतके महिने व वर्षे गप्प का? आमिषाला बळी पडणारीची काहीच चूक नाही का, तिच्या विरुद्ध गुन्हा का दाखल होऊ नये, इत्यादी प्रश्न उपस्थित होतो, मात्र कायदा म्हणतो तक्रार दिली ना... म्हणजे बलात्कार, मग तो बलपूर्वक केलेला असो वा, तथाकथित आमिषाने झालेला असो. पोलीसही सध्याची परिस्थिती पाहाता तक्रार आली की गुन्हा दाखल करून मोकळे होतात, तर खरे-खोटे न्यायालय पाहील, असे म्हणतात.

मागे टीव्हीवर आलेल्या एचआयव्ही संदर्भातील एका जाहिरातमध्ये तरुणी म्हणते, 'मै जवान हूँ, नादान नही' मात्र प्रत्येक तरुणी असे केव्हा म्हणणार, हा पण प्रश्नच आहे.

अनेकवेळा तर कुमारिकेवर बलात्कर झाल्याची तक्रार होते आणि वैद्यकीय तपासणीत सदर मुलगी सवयीची (हॅबीच्युअल) आहे किंवा बलात्कार झाला नाही असा वैद्यकीय अहवाल येतो. मात्र तोपर्यंत कथित आरोपीची प्रसारमाध्यमातून संपूर्ण वाट लागलेली असते. कथित आरोपीचे घर, संसार, प्रतिष्ठा उद्ध्वस्त होते, विरोधक सक्रिय होतात, लोकांनाही कुणाचेही चारित्र्यहनन करणारी चर्चा करण्यात मजा वाटते. परिणामी, ती व्यक्ती आयुष्यातून बरबाद होते. सर्वच प्रकरणे खोटी असतात, असे नाही, मात्र बहुतांश प्रकरणे खोटी असतात, एवढे मात्र खरे!

तसेच प्रसारमाध्यमांनी काही वर्षांपूर्वी 'विवाहितेचा छळ' हा विषय लावून धरला होता. देशात सर्वत्र मोठ्या प्रमाणात गुन्हे नोंदविले गेले, यामध्ये विवाहितेने तक्रारीत जितकी नावे दिली त्या सर्वांवर त्यामध्ये नवरा, सासू-सासरे, दीर, भावजय, नणंद-नंदोई सर्व नात्याच्या पुरुष-महिलांना आरोपी करण्यात आले, हजारोंनी केसेस, तर लाखोंच्या संख्येने आरोपी झाले, शेवटी कोर्टाचे हेलपाटे, शारीरिक त्रास, आर्थिक नुकसान प्रचंड झाले अन् अनेक आरोपींच्या हाती काय आले, तर निर्दोषता. निर्दोष असलेल्या अनेकांना निर्दोष सिद्ध होण्यासाठी प्रचंड त्रास झाला, 'ज्यांनी भोगला त्यांनीच जाणला' असे म्हणावे लागेल.

सामाजिक कार्यकर्त्या ॲड. अपर्णा रामतीर्थकर म्हणतात, महिलांच्या बाजूने

१७ कायदे आहेत, तर पुरुषाच्या बाजूने फक्त एकमेव (घटस्फोट मागण्याचा) कायदा आहे. परिणामी महिला पीडित पुरुषांची संख्या झपाट्याने वाढत आहे, हे सत्र थांबले पाहिजे, महिलांनी समंजसपणे घेतले पाहिजे.

दुसरीकडे घटस्फोट, जाहीर फारकत, खावटींची प्रकरणे वाढलीत. पती-पत्नी या दोघांपैकी एकानेही ठरविले की सोबत राहावयाचे नाही,तर जबरदस्तीने संबंध टिकू शकत नाही, हे स्पष्ट असतानाही, 'द्या साल्यांना हेलपाटे' म्हणून या कायद्याचा मोठ्या प्रमाणात गैरवापर झाला, या कायद्याच्या वापरामुळे कितींचे संसार जुळून आले, की अधिक खराब झाले व तुटले हे तपासले, तर सत्यस्थिती अधिक स्पष्ट होईल. या उलट अशा प्रकरणात 'कायद्या' ऐवजी 'काय द्यायचे?' (सेंटलमेंट) असे प्रकार वाढलेत.

कायदे, व्यक्ती स्वातंत्रता, कर्तव्य आणि सामाजिक बंधने यांचा मेळ बसविणे दिवसेंदिवस कठीण होत आहे, त्यात कायद्याने प्रश्न सुटतात असे नाही.

शेवटी सामोपचाराने, समंजसपणे, परस्पर आदराने समजून घेऊन समस्या सुटत असतात. या प्रकरणांमध्ये ज्येष्ठांनी, अनुभवींनी व सामाजिक संस्थांनी समाजकार्यासाठी पुढे आले, तर उत्कृष्ट समाज निर्मितीला मदत होईल आणि वाढत असलेल्या या गंभीर सामाजिक समस्येचे निराकरण होईल.

समजंसपणे घेण्याच्या प्रयत्नासाठी एका शायरची ओळ आठवते,

'मैने जिंदगी कुछ ऐसी आसान कर ली,
किसीको माफ किया और किसीसे माफी माँग ली !'

OOO

३७. प्रसिद्धीसाठी काही पण...

सद्य:स्थितीत, वर्तमानपत्रात शेकडो निवेदनाच्या बातम्या (निवेदनाचा पूर) प्रसिद्ध होताना दिसतात, तसेच आगळे-वेगळे आंदोलने इत्यादींच्याही बातम्या दिसून येतात. सर्व काही प्रसिद्धीसाठीच ना! होऽऽहोऽऽ दुसरे काय? प्रसिद्धीसाठी काही पण...

लोकशाही प्रक्रियेमध्ये नागरिक, नेते, अधिकारी व पत्रकार या सर्वांची कामे तसेच त्यांचे हक्क, अधिकार ठरलेले आहेत, त्याचप्रमाणे विविध संघटना, त्यांची ध्येय, धोरणे व उद्दिष्टेही ठरलेली आहेत. मात्र प्रसिद्धीचा भारी शौक, हव्यास किंवा प्रसिद्धी पिपासूपणा याकरता कोणीही काहीही करत. विशेष म्हणजे ते वृत्त छापूनही येते.

मागे एका विद्यार्थी संघटनेने चक्क रासायनिक खते योग्य भावात मिळावे, असे निवेदन दिले होते. वास्तविक याच्याशी त्या संघटनेचा संबंध काय? अर्थात संघटनेच्या स्थापनेचा उद्देश काय? विद्यार्थ्यांच्या शैक्षणिक समस्या, प्रवेशाची अडचण, डोनेशन, शिष्यवृत्ती, वाढीव फी, अपुऱ्या सुविधा इत्यादींसाठी विद्यार्थी संघटनेचे कार्य राहिले बाजूला, हे मात्र भलतेच.

मागे एका ठिकाणी आधार केंद्रावर कागदपत्रे कोणती हवीत, याची यादी लावा, अशा मागणीच्या निवेदनाची बातमी आली. या बातमीसाठी, फोटोसाठी जेवढा खर्च केला तेवढ्यात यादी लावता आली नसती का, मात्र हा प्रश्न विचारणार कोण, असो.

ज्या उद्देशाने संस्था स्थापन झाल्यात त्या उद्देशाला हरताळ फासला जात आहे. तर दुसऱ्याच्या क्षेत्रात लुडबुड करून ७ ते १० जणांनी निवेदने

देऊन व त्यात फक्त इशारे देऊन प्रसिद्धी करवून घेण्याचे प्रकार वाढले आहेत. अनेक निवेदनांमध्ये 'आंदोलन करू' एवढाच शब्द असतो. आंदोलन नेमके कोणते, केव्हा कोठे करणार ,याचाही उल्लेख नसतो. आहे की नाही गंमत! अशा प्रकारे शेकडो निवेदन देणारे अनेकजण 'निवेदनवीर' झाले आहेत.

प्रसिद्धीचा आणखी एक प्रकार म्हणजे, साप पकडून जंगलात सोडणे, माकडावर अंत्यसंस्कार, प्राण वाचविणे, गायीवर अंत्यसंस्कार, हरणाचे प्राण वाचविणे, नारळात गणपती प्रगटले', रुग्णालयात फळ वाटप (वास्तविक २ फळ, घेणारा एक आणि फोटो काढणारे आठ) इत्यादी बातम्या होत.

तर हा प्रकार करून आठवणीने त्याचा फोटो काढून बातम्या प्रसिद्धीला देण्याचा प्रकारही प्रसिद्धीसाठीच नाही का? म्हणतात ना प्रसिद्धीसाठी काही पण...

आंदोलनाचे पाहिले तर एखाद्याचे विहिरीत धरणे आंदोलन, झाडावर व पाण्याच्या टाकीवर 'शोले स्टाईल' आंदोलन, खड्ड्यात बेशरमचे रोप लावून आंदोलन, अनुपस्थित अधिकाऱ्याच्या खुर्चीला हार घालणे, खुर्चीवर दगड, बोकड, कुत्रा बसवून निवेदन देणे, साखळदंडाने स्वत:ला जखडून आंदोलन करणे, मुंडन करणे, अर्धनग्न आंदोलन, एवढेच नव्हे, तर आत्मदहनाचा इशारा व तद्नंतर इशारा देणाऱ्यालाच पोलीस कारवाईचा सामना करावा लागल्याच्या बातम्या मनसे स्टाईलने आंदोलनाचे इशारे, तसेच डेरा आंदोलने इत्यादी यालाच म्हणतात ना प्रसिद्धीसाठी काही पण

जे काही करायचे ते जनहितार्थ परिणाम मिळविण्यासाठी सरळसरळ वैध मार्गाने का करू नये? नुकताच जिल्ह्याचा मतदारसंघ अमुक पक्षाला सोडा या मागणीसाठी तालुका कार्यकारिणीचा ठराव घेणे, हा प्रकारही जिल्हाभर प्रसिद्धीसाठीच. काही काळापूर्वी घरबसल्या फक्त पत्रके काढून निषेध, आवाहन व महापुरुषांच्या जयंत्या व पुण्यतिथ्या फक्त कागदोपत्री केल्या जायच्या, तर त्याचे वृत्त काही वृत्तपत्रांनी छापणे बंद केले व कृती करावी, असा आग्रह धरला तेव्हापासून फक्त निवेदन देण्याच्या कृतीचे पूर आले. काय तर म्हणे, 'निवेदन देण्याची कृती केली'.

या ठिकाणी जाता जाता दै. देशोन्नतीचे मुख्य संपादक मा. प्रकाशभाऊ पोहरे यांनी 'बातमी' ची केलेली व्याख्या प्रकर्षाने आठवते, ते म्हणतात,

'जी कुणाला कुठे तरी दडपून ठेवावीशी वाटते,
ती बातमी, इतर मात्र जाहिरातीच.

OOO

३८. ठेवीदारांच्या पैशांसाठी राजकारण्यांचे 'हात' वर!

सद्य:स्थितीत अनेकांनी वेगवेगळ्या कारणांनी हात वर करण्याचा किंवा वरच्यांकडे हात दाखविण्याचा प्रकार चालविला आहे. त्यामुळे सहकारी बँकेत, कमर्शियल बँकेत, काही सहकारी पतसंस्थेत आणि खाजगीरित्या व्यापारी पेढीकडे ठेव ठेवलेल्या, रक्कम जमा केलेल्या नागरिकांचे हाल होत आहेत, विश्वासाने व कोणत्याही आमिषाला बळी न पडता त्यांनी ठेवलेला व्यावहारिक पैसा आज अडकून पडला आहे. आज ना उद्या मिळेलच ही आशाही मावळत चालली आहे. विशेष म्हणजे ज्यांच्याकडे पैसे ठेवले आहेत ती बँक, संस्था राजकारण्यांची असून बुडविणारे काही बडे खाजगी व्यापारीही राजकीय नेत्यांशीच संबंधित असल्याने 'सत्तेपुढे शहाणपण चालत नाही' या म्हणीचा प्रत्यय सर्वांना येत आहे. तर प्रख्यात कवी सुरेंद्र शर्मा म्हणतात,

'जनता तो बिचारी द्रौपदी है
पांडवों के हाथ लगा तो दाव पर लगा दी जायेगी
कौरवोंके हाथ लगी
तो चीर डाली जायेंगी'

अशीच स्थिती जनतेची झाली आहे.

संस्था मग ती बँक असो वा सहकारी साखर कारखाना, सहकारी सूत गिरणी, उपसा जल सिंचन संस्था, पतसंस्था, को-ऑप. दूध संघ इत्यादी, असो, चुका राजकारण्यांनी करायच्या अन् भुर्दंड मात्र प्रामाणिक ठेवीदार, बचतदार आणि सभासदांना पाडायचा, असा नियमच झाला आहे.

बँकेवरील निर्बंधामुळे व्यवहार होत नाहीत, जमा रक्कम मिळत नाही, लग्न व इतर कामे थांबलीत, आपला निवृत्तीचा पैसा मरेपर्यंत मिळणार नाही, असे ज्येष्ठांना वाटू लागले. मात्र संबंधित धनदांडग्या या राजकारण्यांना काहीही घेणे-देणे नाही, ते फक्त वर हात (सरकारकडे, रिझर्व्ह बँकेकडे किंवा आमच्या हातात काही नाही हे दाखविण्यासाठी) करीत आहेत. संस्थाची स्थिती सुधारू न शकल्यास संस्थेवर प्रशासक नियुक्त होतात, मात्र त्यांचाच खर्च एवढा असतो की, वसूल रकमेतून ठेवीदारांना फारसे काही मिळत नाही, अर्थात निर्बंध आले की संबंध नाही, अशी स्थिती होते.

मध्यंतरी काही संघटनांनी, व्यक्तींनी या राजकीय नेत्यांच्या कार्यपद्धतीविरुद्ध आवाज उठविला, आंदोलने केलीत मात्र त्याचा काही संचालकांवर फक्त राजीनामा देण्याची तयारी एवढा परिणाम झाला. वैयक्तिक, सामाजिक किंवा राजकीय जीवनावर फारसा परिणाम झाला नाही.

संबंधित राजकारण्यांची हॉटेल निवास, जेवण, टॅक्सी खर्च, राहणीमान खर्च व इतर वैयक्तिक उद्योग सुरू आहेत. सदर बँकांवर निर्बंध येऊन महिनोंनमहिने, वर्षे लोटत आहेत मात्र हे फक्त आश्वासन देत 'मै हूँ ना' असे सांगत आहेत. यांच्यावर लक्ष्मी प्रसन्न असून, आमच्यावर विश्वास ठेवा, असे अजूनही आर्वजून सांगतात. वास्तविक ते प्रामाणिक आहेत, तर त्यांनी संबंधित ठेवीदारांच्या रकमेबाबत विड्रॉलवर सह्या घेऊन स्वत:जवळ ठेवावे, तर ठेवीदारांना स्वत:जवळचे पैसे द्यावेत? नंतर 'त्या' विड्रॉलवर संस्था सदृढ झाल्यानंतर तारीख टाकून त्यांनी त्यांची रक्कम काढून घ्यावी, वाटल्यास या व्यवहारातही त्यांनी योग्य आकाराने व्याज किंवा कमिशन घ्यावे, असे धाडस ते का करीत नाही किंवा कोणी त्यांना का करायला लावत नाही? हा प्रश्नच आहे.

काही वर्षांपूर्वी विदर्भातील दोन नामवंत पतसंस्थांविषयी वावड्या उठल्या होत्या, तेव्हा त्यांनी इकडून तिकडून दुसऱ्या संस्थांकडून व संचालकांनी स्वत:ची रक्कम टाकून ज्याचे जमा आहेत, त्याने परत मागितले म्हणून पूर्ण रक्कम परत देण्याचे कार्य केले. परिणामी, या संस्थांवरचा विश्वास दृढ झाला आणि संस्थेची लवकरच आणि अधिक प्रगती झाली, अशी उदाहरणे आहेत. बँकांचा स्वत:साठी, पक्षासाठी उपभोग घेणाऱ्या राजकीय बड्या नेत्यांनी औदार्य दाखवून ठेवीदारांना रकमा परत द्याव्यात, असे पक्षातील वरिष्ठांनी, सुज्ञांनी व कोंडी झालेल्या कार्यकर्त्यांनी या राजकारण्यांना का सांगू नये तर राजकारण्यांना पण हे कळू नये का?

राजकारण्यांचा धंदा राजकारण झाल्याचे दिसून येत आहे. डॉक्टर, वकील,

उद्योजक, शिक्षकाप्रमाणेच राजकारण्यांची दुसरी पिढीही राजकारणच करीत आहे किंवा करणार हे स्पष्ट झाले आहे. राजकारणातील गुंतवणूक आणि होणारे आर्थिक, सामाजिक फायदे, मान-सन्मान, सत्तेचा उपभोग इत्यादी पाहाता राजकारणाचा व्यवसाय परवडणारा आहे, असे जाहीरपणे बोलले जात आहे. तर या मुरब्बी, ज्येष्ठ व प्रामुख्याने सत्तेतील राजकारण्यांच्या कोणत्याही योजनेत शेवटी सरकार किंवा जनताच शोषित ठरते. या बँकांमुळे आताही सर्वसामान्य ठेवीदार अडचणीत आहे. बँकेवर विश्वास ठेवणाऱ्याचेच चुकते असे म्हणावे काय?

शेवटी एका शायरच्या ओळी आठवतात...

'संगीत सुनकर ज्ञान नही मिलता,
मंदिर जाकर भगवान नही मिलता,
पत्थर तो इसलिए पूजते है लोग,
क्योंकी, विश्वास के लायक इन्सान नही मिलता'

○○○

३९. सुखाच्या शोधात दुःखी आम्ही

जिंदगी एक हसीन ख्वाब है, जिसमे जीने की चाहत होनी चाहिये ।

गम खुद ही खुशी मे बदल जायेंगे, सिर्फ मुस्कुराने की आदत होनी चाहिये ।

जगात सुखी कोण आहे, असे सहज विचारले जाते. अर्थातच, कोणीही सुखी नाही हे सांगितले जाते. मात्र प्रत्येक व्यक्ती सुखी होण्यासाठी सर्व काही करीत आहे. सुखासाठी धडपडणारे; भौतिक सुविधांची जुळवाजुळव करून साधनांचा वापर करणारे, तर भरपूर पैसे मिळविले की सुखी होऊ, असे समजणारे लोक आहेत. दुसरीकडे आपण खूप सुखी आहोत, असे समाजात दिसावे, लोकांनी मला सुखी मानावे, असा सुखाचा आभास निर्माण करण्यासाठी धडपडणारेही आहेत. वास्तविक सुखाच्या अधोगतीची येथूनच सुरुवात होते. सुख आणि दुःख या एका नाण्याच्या दोन बाजू असून सुख आले की दुःख येणारच त्यामुळे सुखी होणारच कसे, हा मूळ प्रश्न आहे.

मनुष्य जीवनात सुखाचे वेगवेगळे प्रकार मानले जात असून प्रामुख्याने आर्थिक सुख, शारीरिक सुख, स्वास्थ्य, कौटुंबिक सुख वगैरे सांगता येतील. सर्वच सुख पैशाने मिळविता येतात किंवा मौज-मस्ती हेच सुख आहे, हा भ्रम सर्वत्र पसरला आहे. सुखाचे साधन म्हणून पैसा कमविताना, पैसा कमविणे हेच साध्य झाल्याचे दिसून येते. वास्तविक व्यक्तीच्या सर्व इच्छा पूर्ण होणे अशक्य आहे, तर दुसऱ्याकडे पाहून त्याचे सुख, समृद्धी

आपल्यापेक्षा जास्त दिसत असल्याने (दुसऱ्याच्या ताटात तूप जास्त दिसते) खरा त्रास आहे.

सुख हे अंतिम ध्येय असू शकत नाही, कारण सुख हे दुसऱ्या कोणावर तरी अवलंबून असते आणि अपेक्षा ठेवल्या की दुःख प्राप्ती होते. तेव्हा स्वतःला ओळखा, 'मी' चा शोध घ्या आणि 'सुख हे ध्येय नव्हे, तर रूप करा' 'सुखरूप व्हा' असे अध्यात्म सांगते.

जुन्या लोकांनी सुखाचे सात प्रकार काव्यात्मक पद्धतीने म्हटले आहेत.

पहिले - निरोगी शरीर (निरोगी काया), दुसरे - जवळ पैसा असणे, (पास मे माया), तिसरे - पुत्र सुपुत्र (पुत्र जाया), चौथे - पतिव्रता स्त्री (पतिव्रता नारी), पाचवे - चांगले शेजारी (पडोसी सुनिवास), सहावे गौपालन (कामधेनू बासा) आणि सातवे - प्रतिष्ठा प्राप्ती (पद पाया) अशी सात सुखे प्राप्त होणे म्हणजेच सुखी होणे होय, असेही म्हटले आहे.

एकंदरीत सुख व दुःखाचे मूळ कारण आपणच आहोत. आपली सुखाची कल्पना काय आहे यावर सुख अवलंबून असते, असे म्हणताना प्रत्यक्षात आपल्याला सुख मिळते की क्षणिक समाधान, याची जाणीव महत्त्वपूर्ण ठरते. पैसा हे सुखाचे साधन आहे, असे मानून पैसा मिळविण्यासाठी विविध प्रकार करताना सुख पायदळी तुडविले जात आहे. दोघे पती-पत्नी पैसा कमावूनही सुखी नाहीत, कशाचीही चटक लागली की सुख गौण होते, दुसरीकडे शरीराला त्रास देऊन पैसा मिळविला तर शरीर नंतर दुपटीने वसूल करते, ही स्थिती आहे. सुख आणि दुःख या दोन शब्दांमध्ये 'ख' हे अक्षर कॉमन (सारखे) असून 'ख' म्हणजे इंद्रिय अर्थात 'मन', तर सुख म्हणजेच सु- मन अर्थात मनाला चांगले वाटणारे आणि दुःख म्हणजे मनाला वाईट वाटणारे प्रकार होय. आपल्या इंद्रियांवर म्हणजेच मनावर सुख आणि दुःख अवलंबित आहे. आपण सुखाच्या मागे लागलोत की सुख साधनांच्या, याचा विचार झाला पाहिजे. भगवान महावीर यांनी 'दृष्ट पदार्थोसे उदासीन रहो' (दिसणाऱ्या पदार्थांबाबत उदासीन रहा) असे सांगत आपले मन 'समता' मध्ये ठेवण्याचा संदेश दिलेला आहे, तर संत तुकारामांनी 'सुख पाहता जवा एवढे, दुःख आकाशा एवढे' असे म्हटले आहे.

सद्यःस्थितीत बाजारात सुखी करण्याच्या साधनांची, उपाय योजनांची रेलचेल आहे. घरात सुखशांतीसाठी पूजा, पाठ तर वास्तू दोष काढण्याचे प्रकार, विविध ग्रहांचे खडे, तावीज, मूर्ती, पुस्तके आदींसह ज्योतिषांचे मार्गदर्शन व तंत्र-मंत्र विकले

जात आहे. या सर्वांमध्ये सुख शोधणारा एक मोठा वर्ग आहे. या प्रकारातून उपाययोजना करणाऱ्यांना काहीतरी केल्याचे मानसिक समाधान लाभत असते, तर एवढ्यातून तूर्त आपण सुखी झालो, अशी समजूत ते करून घेत असतात आणि काही काळानंतर परत परत या मार्गातून सुख शोधत राहातात, मात्र पूर्ण सुखी होत नाहीत.

ओशोंच्या म्हणण्यानुसार सुख आणि दुःख सोबतच असतात आणि जेव्हा दुःख जाते तेव्हा सुख पण जाते, उलट आनंदी अवस्थेत दुःखाचा आणि सुखाचा त्रास होत नाही, सुखापेक्षा 'आनंद' एक परम शांतीची स्थिती आहे. या अवस्थेत उत्तेजना होत नाही, सुखात मात्र उत्तेजना होते, म्हणजेच सुखापेक्षाही चांगले, आनंदी होणे महत्त्वाचे म्हटले आहे.

आत्मिक समाधान आणि स्व-आनंद हे पण काल मर्यादित सुख देते, म्हणूनच अनेक मोठ्या व श्रीमंत व्यक्ती गरज नसताना विविध कामे व सामाजिक उपक्रम राबवित असतात. यातून सुख मिळते, आत्मिक समाधान मिळते, स्व-आनंद प्राप्त होतो, असे ते मानतात. एकंदरीत, आपण जे काही व्यावहारिक प्रकार करीत आहोत, यामुळे सुख प्राप्त होणार नाही, एवढे मात्र खरे. तेव्हा एवढा आटापिटा कशासाठी? फक्त मला सुखी व्हायचे आहे, मी श्रीमंत आहे, सुखी आहे, माझी खूप प्रतिष्ठा आहे, खूप चलती आहे, मी खूप चांगला आहे, आदी दाखविण्यासाठी आपण सर्व धडपडत आहोत. वास्तविक आपण सुखी नसतोच.

सुख हे अंतिम ध्येय असू शकत नाही, कारण सुख हे दुसऱ्या कोणावर तरी अवलंबून असते आणि अपेक्षा ठेवल्या की दुःख प्राप्ती होते. तेव्हा स्वतःला ओळखा, 'मी' चा शोध घ्या आणि 'सुख हे ध्येय नव्हे, तर रूप करा' 'सुखरूप व्हा' असे अध्यात्म सांगते.

शेवटी सुख हे मनात असते आणि मानण्यात असते, 'जे काही गमविले ते कमी नसेल, मात्र जे काही मिळविले ते पण काही कमी नाही' असा विचार शांती, समाधानाकडे नेणारा आणि पुढे सुखरूप होण्याच्या प्रयत्नात मदत करणारा ठरू शकेल.

शेवटी हृदयात या संवेदना जागृत व्हाव्यात, या आशयाचा एक शेर आठवतो...

किताबे रिसाले न अखबार पढना,
मगर दिल को हर रात एक बार पढना ।

०००

४०. डॉक्टरांकडून लूटमार : चिंतेची बाब

समाजात 'शहाण्यांनी कोर्टाची पायरी चढू नये' ही म्हण सुधारली जात आहे आणि 'शहाण्यांनी कोर्टाची व दवाखान्याची पायरी चढू नये' ही नवीन म्हण प्रचलित होऊ लागली आहे.

डॉक्टर म्हणजे देव आणि डॉक्टर नाराज म्हणजे देवाकडे जाण्याचा मार्ग उघडतो, या भीतीपोटी अनेक डॉक्टरांचे लुचाट धंदे फोफावले आहेत. 'रुग्ण, नातेवाईक त्रस्त आणि डॉक्टर्स मस्त' असे होऊ लागले आहे, आवश्यकता नसताना भरती करणे, सलाईन लावणे, स्टँडर्ड कंपनीचे स्वस्त दराचे औषध बाजारात उपलब्ध असताना महागडी औषधे देणे, दुसऱ्या मोठ्या डॉक्टरकडे कमिशनसाठी रेफर करणे, मृत रुग्णाला व्हेंटिलेटरवर ठेवून काही दिवस उपचार करणे इत्यादी प्रकार करणारे डॉक्टर दिसून येत आहे. त्यामुळे पेशंटची ही लूटमार कोण? कशी? आणि केव्हा? थांबविणार, असा गंभीर प्रश्न उपस्थित झाला आहे. सर्वच क्षेत्रांत असेच चालते, असे सांगून काही डॉक्टर याकडे दुर्लक्ष करत आहेत.

ग्रामीण भागातील रुग्णाला प्रथमत: तेथील डॉक्टर २-३ दिवस वर वर उपचार करतात. नंतर तपासणी करून मोठ्या डॉक्टरांकडे जाण्याचा सल्ला देतात, सोबतच मोठ्या डॉक्टराला या रुग्णाची आर्थिक परिस्थितीची गोपनियपणे माहिती देतात. तिथे रुग्णांची लूटमार होते, तर त्यातील ३० ते ४० टक्के रक्कम 'या' (रेफर करणाऱ्या) डॉक्टरला मिळते. मोठ्या महानगरामध्ये तर ५० टक्के कमिशन, असा हा धंदा झाला आहे. 'पेशंट रेफर करा कमिशन मिळवा', तसेच अमुक कंपन्यांची औषध लिहा अन् कमिशन, भेट वस्तू,

दवाखान्याची रंगरंगोटी, एसी, फर्निचर बनविण्याचा खर्च, कार, हॉटेल्स खर्च, विदेश दौरा मिळवा इत्यादी प्रकार वेगवेगळ्या पद्धतीने जोमाने चालत आहेत. उल्लेखनीय म्हणजे काही डॉक्टरांची लिंक असल्याने रक्त, मूत्र, सोनोग्राफी, एम. आर. आय., सी. टी. स्कॅन व इतर तपासणीच्या वेळी अमुक डॉक्टरांकडूनच तपासणी करा, असे सांगून त्यातही टायफाईड, कावीळ, न्यूमोनिया, रक्तपेशी कमी, पांढऱ्या पेशी कमी, लिव्हरवर सूज, मेंदूत सूज इत्यादी मॅनेज रिपोर्टही तयार होतात आणि पेशंटची लूटमार होते.

लगतच्या मोठ्या शहरातील डॉक्टरांचे व मल्टिस्पेशालिटी हॉस्पिटलचे, तसेच क्रिटिकल हॉस्पिटलचे मार्केटिंग करणारे पी. आर. ओ. नावाचे प्रतिनिधी नेहमी डॉक्टरांना भेटून 'मार्केटिंग' करीत असतात. 'आमच्याच रुग्णालयात पेशंट पाठवा आणि छान कमिशन मिळवा', असा हा व्यवहार होतो. मोठ्या नगरातील बडे डॉक्टर स्वत: 'बायपास' चे पॅकेज घेऊन दौरे काढतात व या डॉक्टरांचे २० ते २५ हजार रुपये कमिशन ठरवून रुग्ण पाठविण्याचे कंत्राट करून जातात.

रुग्णवाहिका चालकांनाही हे व्यावसायिक डॉक्टर १००० ते १५०० रुपये पर्यंत कमिशन देतात. तालुका स्तरावर सुप्रसिद्ध डॉक्टरांच्या हॉस्पिटलचे मेडिकल दुकान २५ लाख, तर मोठ्या शहरात कोटीपर्यंत विकले जाते आणि या डॉक्टरांचे औषध फक्त त्याच मेडिकलमध्ये मिळते. 'पेशंट आला की, थोडे उशिरा आणले, तरी पाहतो असे सांगून उपचार करणारे हे डॉक्टर, रुग्णाच्या नातेवाइकांना त्रस्त करतात. पेशंटच्या नावाची संपूर्ण औषधे ताब्यात घेतात, ऑपरेशन व सिझरच्या वेळी प्रचंड साहित्य, औषधी मागविली जातात. त्यात काय लागत, काय नाही, हे कुणालाच कळत नाही, तर अनेकवेळा फिजिशियन सॅम्पलची औषधे डॉक्टर विकतात आणि त्यातही पैसा उकळतात, ही स्थिती आहे.

काही डॉक्टर्स स्वत: औषधा बनवत आहे. मोठ्या कंपनीचे औषधाचे जुळते नावाने लोन लायसनवर उत्पादक कंपनीकडून औषधे बनवून घेतात. विशेष म्हणजे ही औषधे स्वत:च लिहितात, स्वत:च्या मेडिकलमध्ये विकतात. यामध्ये त्यांना ५ ते १० पट कमाई होते, ती वेगळीच.

महिलांचे सीझर होणे, लहान बाळांमध्ये पांढऱ्या पेशी कमी होणे, नवजात बालकांना न्यूमोनिया व कावीळ होणे, पेटीत ठेवणे, पाठीतून पाणी काढणे, मोठ्यांना कावीळ, टायफाईड होणे, बाळांच्या हृदयात छिद्र असणे इत्यादी आजार, तर आता अनेकांना तोंडपाठ झाले आहेत. तर अशा या आजारामुळे रुग्णांना व नातेवाइकांना गरीब केल्याची अनेक उदाहरणे आहेत.

आजाराच्या निदानाबाबत डॉक्टरांचे एकमत नसते, दोन पॅथालॉजिस्टचे रिपोर्ट जुळत नाहीत. सर्वत्र भीती, संभ्रम आणि शेवटी डॉक्टर म्हणतील तसे, असे सांगून हा सर्व गैरप्रकार बिनधास्तपणे चालतो आहे. लोकसंख्येच्या मानाने मुळात डॉक्टरांचे प्रमाण कमी आहे, त्यातही अनेक डॉक्टर्स व्यसनाधीन झाले आहेत. काहींना दारू प्यायलाशिवाय काम जमत नाही, अशी स्थिती आहे, अनेक डॉक्टर्स सांगूनही २४ तास सेवा देत नाहीत. शनिवार व रविवार आणि सुट्टीच्या दिवशी पेशंट मरत असला तरी डॉक्टर भेटत नाही इत्यादींसाठी काही ठोस उपाययोजनांची गरज निर्माण झाली आहे.

अनेक डॉक्टरांच्या या गैरप्रकाराला काही चांगले डॉक्टर्स कंटाळले आहेत, पेशा बदनाम होत आहे, डॉक्टरांवरील विश्वास कमी होत आहे, असे हे चांगले डॉक्टर्स प्रामाणिकपणे बोलत आहेत. चांगल्या सेवाभावी, नोबेल व्यवसाय म्हणून स्वीकारलेल्या या डॉक्टरांचे प्रमाण संख्येने कमी राहिले आहे, ते स्वत: प्रामाणिक राहण्यापलीकडे काहीही करू शकत नाही, असे ते म्हणतात. तर अनीती, अनैतिकता या बाजारात ते बाजूला फेकले जात आहे. दुसरीकडे डॉक्टर होण्यासाठी लागणारा ७-८ वर्षांचा कालावधी, प्रचंड खर्च आणि खूप रिस्क, त्यात न चालणारे छोटे छोटे दवाखाने. यामुळे हे सर्व करावे लागते, व्यवस्थाच तशी झाली आहे, असे सांगून समर्थन करणारेही आहेत.

मागे पुणे येथे प्रख्यात संचेती हॉस्पिटलने डॉक्टर हिम्मतराव बावस्कार, महाड यांना पेशंट पाठविला म्हणून त्या पेशंटच्या बिलावर ३० टक्के रक्कमेचा चेक डॉक्टरांना पाठविला. यावर डॉ. बावस्कार यांनी चेक परत करून सदर रक्कम पेशंटचे बिलातून कमी करण्याचे पत्र दिले. त्यानुसार पेशंटच्या नावाने सदर रकमेचा चेक, पेशंटला प्राप्त झाला. तदनंतर हा सर्व विषय मेडिकल कौन्सिलकडे तक्रार म्हणून वळता केला, केस सुरू आहे. हे प्रकरण बरेच काही सांगून जाते.

उपरोक्त सर्व गैरप्रकार, डॉक्टरांची लूटमार ही आता उघड झाली आहे. त्यामुळे अनेक वेळा हॉस्पिटलची तोडफोड, डॉक्टरांना मारहाण, बिल कमी देऊन पेशंट उचलून नेणे, राजकारणी नेत्यांच्या मध्यास्थिने बिल कमी करून घेणे इत्यादी प्रकार होत आहेत. मात्र हे यावर रामबाण उत्तर नाही एवढे मात्र खरे!

शेवटी हे सर्व मांडण्याच्या उद्देशाने संत कबिराचा एक दोहा आठवतो...

'कबिरा खडा बाजार में, मांगे सब की खैर ।
ना काहूँ से दोस्ती, ना काहूँ से बैर ।।'

○○○

४१. सरकारी योजना : लोकांना आळशी बनवितात...

सरकारने गरिबांना स्वस्तात अन्नधान्य उपलब्ध करून देणारा अन्न सुरक्षा कायदा लागू केला आहे. देशातील ८२ कोटी जनतेला ८१ हजार ८६१ कोटी रुपये खर्च करून धान्य उपलब्ध करून देण्यात येणार आहे. वास्तविक भारत सरकार आणि राज्य सरकार फुकटच्या भावात अन्नधान्य देऊन व इतरही विविध साहित्य वाटपांच्या योजनांमधून जनतेला आळशी बनविण्याचे काम करत आहे.

जनतेला रोजगार देणे, त्यांना कार्यकुशल करणे, त्यांच्यामध्ये प्रामाणिकता, परिश्रम, स्वाभिमान जागवून खर्च करण्याची क्षमता, राष्ट्रप्रेमाची भावना निर्माण करण्याचे कार्य सरकार करीत नाही, उलट 'हा तुमचा हक्कच आहे' असे सांगून हे फुकट, त्यावर सबसीडी, असे जाहीर करण्यात येत आहे. या सर्व प्रकारांमुळेच मजूर वा कामगार मिळत नाही, मिळाल्यास काम करीत नाही, अशी ओरड होत आहे.

सद्य:स्थितीत सरकार गोरगरीब जनतेसाठी रॉकेलवर ३१ रुपये तर डिझेलवर ८ रु ३० पैसे लिटरची आणि गॅस सिलेंडरवर ३९८ रुपयांची सबसीडी देत आहे. दरम्यान रुपयाचे अवमूल्यन झाले असून ५४ रुपयांत मिळणारे एक डॉलर आता ६१ रुपयांत मिळत आहे. आवश्यक अशा क्रूड ऑईलच्या आयातीमध्ये या कारणाने जास्त रुपये खर्च होत असताना या सर्व योजनांचा बोजा अर्थव्यवस्थेवर गंभीर परिणाम करणारा आहे.

ग्रामीण भागात प्रामुख्याने अंत्योदय योजना व इतर योजनांच्या माध्यमांतून दरमहा ३५ किलो धान्य सरकार उपलब्ध करून देत आहे.

सद्य:स्थितीत राज्यात प्रामुख्याने चार योजना राबविल्या जातात.

अन्नपूर्णा योजना -तांदुळ ५कि,गहु ५कि.मोफत

अंत्योदय योजना रेशन कार्डावर २५किलो गहू -२रु /रु चे दराने, तर तांदूळ १०किलो.-३ रुपये दराने,साखर- माणशी अर्धा किलो-१३ रुपये ५०पैसे भावाने.

बीपीएल - २५किलो गहू- ५रुपये किलो भावाने, १० रु किलो तांदुळ -६रु किलो भावाने

एपीएल - १० किलोपर्यंत गहू ७ रुपये,२०पैसे, तांदूळ -५किलो ९रुपये ६०पैसे भावाने

टीप -साधारणपणे एक गरीब कुटुंबाचे एका महिन्याचे धान्य अंत्योदय योजनेअंतर्गत फक्त १००रुपये मध्ये होते, तर बीपीएल अंतर्गत २०० रुपयांमध्ये होते.

(शाळेतील विद्यार्थ्यांना खिचडी, कडधान्ये मोफत असल्याने घरात थोडे धान्य कमी लागते ते वेगळे) अर्थात जगण्यासाठी आवश्यक असलेले अन्नधान्य सरकार मोफत देते आणि मोफत म्हणजे अवघ्या ३ रुपये किलोने देत आहे. दरम्यान समाजात भंडारे, लग्न, तेरवी व इतरही अनेक धार्मिक सोहळे या कार्यक्रमाच्या निमित्ताने अन्नदान व जेवणावळी चालतच असतात. त्यामुळेच उपाशी राहिल्याने अमुकचा मृत्यू झाला अशा बातम्या वृत्तपत्रात उमटत नाहीत.

खायला मिळते तर काम करण्याची गरजच काय किंवा एक आठवडा काम केले की एका महिन्याचे अन्नधान्य आणि इतर किराणा होऊ शकतो. तेव्हा जास्त दिवस काम का करावे, असाही विचार अनेक मजूर व कामगार करतात. परिणामी कामावर 'दांड्या' मारतात.

अनेक कामगारांना व मजुरांना मिळणारे धान्य जास्त असल्याने लाभार्थी हे धान्य बाजार भावापेक्षा कमी भावाने बाजारात विकतात. त्यामुळे शेतमालाच्या किमतीही पडतात. अनेक मजुरांना व कामगारांना दारू, वरली-मटका, जुगार व इतर व्यसने आहेत. म्हणून त्याचे हे जास्तीचे खर्च भागवण्यासाठी ते कामावर तरी येतात, असे म्हटले जाते ते पण काही चुकीचे नाही.

आता राजकीय पक्ष निवडणूक आश्वासनमध्ये मोफत लॅपटॉप, सायकल, प्रेशर कुकर, महिलांना साड्या, विद्युत (वीज) इत्यादी देण्याचे जाहीर करतात. परंतु

कोणालाही हमखास रोजगार देत नाहीत. या उलट दारूची दुकाने, रेशनची दुकाने, शाळांची केलेली दुकाने इत्यादी राजकीय नेते व कार्यकर्त्यांची असतात. तर देशातील गरीब व मध्यमवर्गीय जनता आहे तशीच राहावी अशी काळजी सातत्याने घेण्यात येते, असे यावरून दिसून येते.

जास्तीत जास्त मोफत किंवा स्वस्त, अनुदानित घ्या, विद्यार्थ्यांना वर्ग पहिली ते आठवीपर्यंत शालेय पुस्तके मोफत, खिचडी मोफत घ्या आणि घेत नसाल, तर वाटल्यास उपाशी रहा, पण छान टीव्ही. पहा, मोबाईवर खेळा, व्यसनाधीन व्हा, आणि आळशी रहा, असा सरळसरळ छुपा 'मेसेज' सरकार या योजनांमधून देत आहे.

यावरून एका शायरचा शेर आठवतो...

अजगर करे ना चाकरी, पंछी करे ना काम ।

दास कबिरा कह गये, सब के दाता राम... ।।

(उपरोक्त ओळीत -अजगर म्हणजे आळशी, चाकरी नोकरी पंछी-मस्तवाल सरकारी कर्मचारी दास कबीरा-राजकारणी, राम सरकार असे शब्दांचे अर्थ घ्यावे)

ooo

४२. माहितीचा अधिकार : एक नवीन धंदा !

माहितीचा अधिकार अधिनियम २००५ हा कायदा १२ ऑक्टोबर २००५ रोजी अमलात आला आहे. देश व राज्य पातळीवर या कायद्याने अनेक उपयुक्त माहिती व गैरप्रकार उघडकीस येत असताना स्थानिक पातळीवर मात्र काही महाभागांनी या कायद्याचा नवीन धंदा म्हणून वापर सुरू केला आहे. या कायद्यान्वये अनेक ठिकाणच्या आणि आपणास समजत नसेल अशी तांत्रिक माहिती मागावी अन् त्याचा वापराऐवजी गैरवापर करावा; आणि आपले 'उखळ पांढरे' करून घ्यावे, असा हा नवीन धंदा आहे.

अनेक वेळा व्यक्तिगत द्वेषापोटी माहितीचा अधिकार लावून या शास्त्राने जखमी करण्याचा प्रकारही हे महाभाग करीत आहेत. तर जिथे आपले सेटिंग जमत नाही तिथे इतर स्थानिक स्वराज्य संस्थांना (नगरपरिषद, जिल्हापरिषद, पंचायत समिती व कृषी बाजार) कामाला लावून व्यक्तिगत द्वेषापोटी वचपा काढण्यात येतो. वास्तविक या संस्थेच्या फायद्यासाठी निवडून आलेले सदस्य, संचालक असतात मात्र हे महाभाग ते काय कामाचे? 'आम्ही इतकी वसूली मिळवून दिली' असे सांगत फिरतात. वास्तविक स्वत:ची कामे करण्याची ज्यांना फुरसत नसते ते असे जनहितार्थ कामे, ते पण नि:स्वार्थ भावनेने, केल्याचे आव आणत असतात. म्हणजेच हळूहळू हा कायदा या महाभागासाठी एक अवैध कमाईचे शस्त्र झाला आहे.

या कायद्याचा वापर करून आजपर्यंत कोणी, किती अर्ज माहिती अधिकारात लावले, किती माहिती घेतली, किती अर्जात सेटलमेंट करून

आता माहिती नको, असे लिहून दिले? किती अर्जांची माहिती घेऊन त्यामध्ये पुढे काहीच केले नाही? इत्यादी प्रश्नांच्या उत्तरांसाठी एक चौकशी समिती नेमण्याची गरज निर्माण झाली आहे. त्यातूनच या धंदेवाईकांना लगाम लावता येणार आहे, कारण स्थानिक पातळीवर सुमारे ८० टक्के लोकांनी या माहितीचा गैरवापर केल्याचीच बाब समोर येत आहे, असो.

दुसरीकडे माहितीच्या अधिकाराचा वापर करणाऱ्याला घाबरणारे अधिकारी, नेते व पदाधिकारी आहेत. त्याचे कारण त्यांनी केलेले गैरप्रकार होय. माहिती अधिकाराचा गैरवापर करणारे महाभाग 'चोरावर मोर' आहेत. म्हणजेच घाबरणारे 'चोर' आहेत, हे पण स्पष्ट होते. 'कर नाही त्याला डर नाही', असे न होता, हे 'चोर' (घाबरणारे) भ्रष्टाचाराला शिष्टाचार मानतात, भ्रष्टाचार हा आपला हक्क आहे असे समजतात, तर टेबलावर बसण्याचा पगार सरकार देते, मात्र काम करण्याचा पगार गरजवंतच देईल, असे मानतात; आणि समजा एखाद्या वेळी पकडलो गेलो, तर काय होणार? सर्वच करतात, येथून तेथून सारखेच सर्वच चोर आहेत, असे म्हणत,

'रिश्वत लेते पकडा गया, रिश्वत देकर छूट जाऊँगा' असे खुलेआम म्हणतात.

एकंदरीत हे 'चोर' आणि ते महाभाग 'महाचोर'; हे 'ठग' ते 'महाठग' असतात. जनता मात्र, 'हे सर्व चालायचंच! जाऊ द्या, पैसे देऊन काम तरी होते ना?' यामध्येच समाधान मानते.

शेवटी एक ओळ सर्वांना तरी का कळू नये...

'जमाना झुकता है,
झुकानेवाला चाहिये...'

○○○

४३. महिला हिंसाचार : जबाबदार कोण?

'डोल उठेगी धरती जब,
नारी का मान नही होगा ।
धरती पर कृष्ण नही होंगे,
धरतीपर राम नहीं होगा ।'

समाजात महिलावरील अत्याचार व हिंसाचार वाढत असल्याचे स्पष्ट जाणवत आहे. मागील काही वर्षांत या प्रकाराने वातावरण ढवळून निघत आहे. याचे खरे कारण काय? याची वास्तववादी चर्चा, ती पण जाहीरपणे करायला, कोणी लवकर तयार होत नाही आणि कोणी केलीच तर वादळ निर्माण होते, हे पण तेवढेच खरे.

महिला सुशिक्षित झाल्यात, नोकरी करू लागल्यात, मैत्रिणींसोबत तर काही मित्रांसोबत मोकळं फिरू लागल्यात, पुरुषांच्या खांद्याला खांदा लावून संसारात उभ्या राहत असताना अशा महिलांवरील अत्याचार व हिंसाचार का वाढत आहे, हा मूळ प्रश्न आहे. मागील काळात गोस्वामी तुलसीदास यांच्या–

'ढोल, गवार, शूद्र, पशू और नारी,
यह सब ताडन के अधिकारी'

या ओव्यांसारखी स्थिती आता समाजात राहिलेली नाही. तरीही भारतीय संस्कृतीमध्ये महिलांचा दर्जा हा दुय्यमच आहे. तर महिलांना एक भोगी वस्तू समजून त्यांच्या सोबत अत्याचार तसेच शारीरिक व मानसिक हिंसाचार केला जातो, ही वास्तविक्ता आहे.

संयुक्त राष्ट्राच्या एका अहवालानुसार जगातील ७० टक्के महिला कोणत्या ना कोणत्या प्रकारच्या हिंसाचाराची शिकार झालेली असते. तर प्रत्येक ३० पैकी एक महिला ही बलात्कार किंवा लहान-मोठ्या हिंसाचाराने पीडित आहे. विशेष म्हणजे १५ ते ४४ वयोगटाच्या जेवढ्या महिला मलेरिया, कर्करोग (कॅन्सर) व अपघाताने मृत्यू पावत नाहीत, त्यापेक्षाही जास्त हिंसाचारामुळे, त्रासामुळे मृत्यू पावतात. दुसरीकडे राष्ट्रीय महिला आयोगाच्या वेबसाईटनुसार भारतात महिलांविषयी एकूण ४८ कायदे करण्यात आलेले आहेत, यातील काही कायदे विशेष वर्गाच्या महिलांसाठी तर, इतर सामान्य महिलांसाठी असेल. तरीही ३६ टक्के हिंसाचार वाढला आहे.

एका सर्वेक्षणानुसार भारतातील मध्य प्रदेश प्रांतात महिला अत्याचार गेल्या १० वर्षांपासून सर्वाधिक आहेत. तेथे दररोज ८ महिलांसोबत बलात्कार, तसेच दर तिसऱ्या दिवशी एका सामूहिक बलात्काराची घटना घडते. तर हत्या होण्याच्या बाबतीत उत्तर प्रदेश पहिल्या क्रमांकावर आहे. मात्र गेल्या काही महिन्यांपासून उत्तर प्रदेशात महिला बलात्काराच्या व हत्येच्या घटना वाढल्या आहेत. दुर्गम, आदिवासी ग्रामीण भागात शोषण म्हणून हे अत्याचार होत आहेत. तेथे तोकडे कपडे व देहबोलीचा तेवढा संबंध नाही, ही बाब महिलांवर आरोप करणाऱ्यांनी समजून घेतली पाहिजे. एकूण बलात्काराच्या ४३ टक्के बलात्कार हे ओळखीच्या लोकांकडूनच होतात. प्रसारमाध्यमांनी शहर व ग्रामीण भागांतील सर्व घटनांना मोठी प्रसिद्धी दिल्याने 'महिला हिंसाचार' या बाबत देशात चर्चा व कायदे होत आहेत. मात्र फक्त कायद्याने प्रश्न सुटत नाहीत, हे पुन्हा समोर येत आहे.

महाराष्ट्राचे गृहमंत्री ना. आर. आर. आबा पाटील यांनी 'प्रत्येक घरात पोलीस ठेवला तरी महिला हिंसाचार रोखणे कठीण आहे,' असे केलेले वक्तव्य काय दर्शविते? महिला हिंसाचाराची मानसिकता समाजात आहे, असे त्यांना सांगावयाचे असेल कदाचित. तर मागे नागपूर येथे एका शिबिरात महिला आयोग सदस्या आशाताई मिरगे यांनी, 'महिलांच्या देहबोलीमुळे अत्याचार होतात' असे म्हटले होते. विशेष म्हणजे समाजात महिलांचे वाढते अंगप्रदर्शन नको त्या ठिकाणी त्यांची उपस्थिती तसेच नको त्या वेळी एकटी किंवा मित्रांसोबत फिरणे इत्यादी बाबीही अत्याचाराला कारणीभूत आहेत, असेही मानले जात आहे.

समाजात फॅशन करणाऱ्या तरुणींना वाटते की,अनेक तरुणांनी, पुरुषांनी आम्हाला 'भावा' प्रमाणे मदत, सहकार्य करावे, तर असे अपेक्षित करणाऱ्या किती तरुणी बहिणीसारख्या वागतात, असा एक गंभीर प्रश्न आहे. याबाबत एक शायर म्हणतो...

'पाँव तेरे जमीं पर पडते नही,
उडी जा रही हो, पवन की तरह ।
तुम्हे भाईयोंकी कमी खलेगी नही,
तुम चलना तो सिखो, बहन की तरह ।'

दरम्यान समाजातील राहणीमानाच्या या बदलत्या स्वरूपांसाठी टीव्ही माध्यमालाही तेवढेच जबाबदार धरले जात आहे. प्रत्येक चांगल्या व घाणेरड्या जाहिरातींमध्ये महिलाच का दिसते? तर टीव्हीवर चालणाऱ्या सीरियल अनुक्रमे 'सास भी कभी बहु थी', 'डोली अरमानो की', 'कबूल है', 'दिया और बाती, 'प्यार का दर्द है', 'साथ निभाना साथीयाँ', एनकाऊँटर हिंदीमध्ये तर मराठीत 'पुढचं पाऊल' या व इतर धारावाहिक पाहून महिलांप्रती द्वेष व हिंसाचार वाढत आहे, तेव्हा असे टीव्ही कार्यक्रम व चित्रपट रोखणे गरजेचे आहे.

दरम्यान समाजात वावरणाऱ्या मुलींना कपड्यांची शिस्त लावण्यासाठी ज्येष्ठ नागरिकांनी मुंबई उच्च न्यायालयाचे दार ठोठावले आहे. न्यायालयाने या जनहित याचिकेवर राज्य शासनाला प्रत्युत्तर सादर करण्याचे आदेशही दिले आहेत. पाश्चात्त्य संस्कृतीकडे आकर्षित होऊन तोकडे कपडे घालणे हे अत्याचाराला उत्तेजन देणे होय, असे याचिकेत म्हटले आहे. तेव्हा टाळी एका हाताने वाजत नाही, हे मात्र खरे!

अखेर महिला हिंसाचार ही दुःखदायक बाब आहे, सैतानी प्रवृत्ती दर्शविते. आपण जे दुसऱ्याला देणार तेच आपल्याला परत मिळणार, तेव्हा सुख आणि आनंद द्यावे या आशयाचा एक शेर आठवतो...

'गर्मो के आँचमे आँसू उबाल कर देखो,
भले ये दर्द किसीपर भी डाल के देखो ।
तुम्हारे दिल की चुभन भी कम होगी,
किसी के पाँव का काटा निकालकर देखो ।'

○○○

४४. सर्वत्र सर्व काही उलटेच...

'इतर लगाके क्युँ इतराये,
काले कर के बाल ।
एक दिन इस तनवा के,
सारे ढहं जायेंगे तार ।'

समाजात विविध क्षेत्रांत सद्य:स्थितीत जे काही सुरू आहे, त्यामध्ये 'सर्व काही उलटेच चालत आहे,' असे म्हणण्याची वेळ आली आहे. 'अंथरूण पाहून पाय पसरावे' ही म्हण खोटी पाडण्याचा प्रयत्न विविध बँका, खाजगी फायनान्स कंपन्या आणि आपण नागरिक करीत आहोत. कर्ज घ्या - खर्च करा, कर्ज फेडण्यासाठी परत कर्ज घ्या, भाव वाढतच असल्याने जमीन-जुमले विका, मौज करा, वाहने, फ्लॅट व इतरही गोष्टींसाठी कर्ज घ्या, तुमची स्वप्ने साकार करा, जे काही हवे आहे ते कर्जाच्या रूपाने देऊ 'हे घे कर्ज, अन् होऊ दे खर्च' असे आवाहन रोज विविध माध्यमांद्वारे केले जात आहे.

दुसरीकडे शेतकऱ्यांनी कर्ज भरू नये, वीज बिल भरू नये, नैसर्गिक आपत्ती आली की, कर्ज, वीज बिलाची माफी होईल, असे चित्र गेल्या काही वर्षांपासून मोठ्या प्रमाणात दिसून येत आहे. तसेच व्यापाऱ्यांनी खूप कर्ज काढून हात वर केले किंवा लोकांची देणी ठेवून दिवाळे काढले, तर त्याचे फारसे काही बिघडत नाही, पुन्हा व्यापार करायला तो मोकळा होतो. एकंदरीत सरकारच्या विविध योजनेत व बँकाकडून कर्ज घ्या किंवा इतर मोठ्यांना अडकवा आणि आपली गरज भागवा, तर मौज करा, असेच

अघोषितपणे, सर्व काही उलटेच सुरू आहे.

विविध समाजोपयोगी योजना राबविण्यासाठी राज्यावर २ लाख ७ हजार कोटीचे कर्ज असून महाराष्ट्र राज्य देशात प्रथम आहे. तर देशावर ३९० अरब डॉलर्सचे विदेशी कर्ज आहे. या कर्जाचे व्याज फेडण्यासाठी कर्ज घ्यावे लागते किंवा देशातील सोने विकावे लागते म्हणजे येथेही सर्व काही उलटेच.

खाण्यापिण्याच्या सवयीसुद्धा उलटच केल्या जात आहे, गरम जेवणानंतर थंड आईस्क्रीम खाणे, दिवसा ऐवजी रात्री उशिरा जेवणे, थंड पेय गरम मधील पदार्थाचे किंवा कॉफीमध्ये आईस्क्रीमचे मिश्रण, थंड-गरम अशी विविध फळे एकत्र खाणे, घातक असलेले फास्ट फूड खाणे, इत्यादी-सर्व काही उलटेच सुरू आहे.

वाहने चालविताना रॉंग साईडने ओव्हरटेक करणे, कारण नसताना कर्कश आवाजाने हॉर्न वाजवित राहणे, परवानगी नसताना ट्रिपल सीट किंवा पूर्ण कुटुंब एक दुचाकीवर चालणे, मॉर्निंग किंवा इव्हेनिंग वॉकसाठी हायवेवर किंवा वर्दळीच्या रस्त्यावर फिरणे अन् अपघात होणे, इत्यादी सर्व काही उलटच सुरू आहे.

बांधकाम व अतिक्रमण करताना संबंधितांची परवानगी न घेणे, नियमाला धरून बांधकाम न करणे, बांधकामाचे साहित्य रस्त्यावर टाकून वाहतुकीला अडथळा करणे, अपघाताला कारणीभूत ठरणे, इत्यादी सर्व काही उलटेच सुरू आहे.

राजकारणात सुधारणा करण्यासाठी चांगली लोक जात नाही, तर राजकारण गलिच्छ असल्याची टिका करतात, शिक्षणक्षेत्रात व्यवसायाभिमुख शिक्षण नसल्याने बेरोजगारीत भर पडते, उद्योग क्षेत्रात उद्योजकाला मजूर व मजुराला काम मिळत नाही, राष्ट्रीय कर्तव्य असलेल्या मतदानाला न जाणे, मतदानासाठी आमिष घेणे, असे चित्र म्हणजेच येथेही सर्व काही उलटेच. वास्तविक उलट, चुकीचे केल्याने फारसे काही बिघडत नाही, ही मानसिकता सर्वत्र झाली असून आपल्यापेक्षाही जास्त चुकीचे करणारे आहेत, त्यांचे काय बिघडले? हा प्रकारही या मानसिकतेला वाढविणारा ठरला आहे. पूर्वीच्या काळात जे काही चांगले सांगितले जात असे ते सर्व कालबाह्य ठरविण्याचे प्रयत्न सातत्याने सुरू आहे, कर्ज काढून, तीर्थालाही जाऊ नका, वाट मोडा पण मुलांना शिकवा, संस्कारित व्हा, कुटुंबाला घेऊन चला, नीतिमत्तेने व सदाचाराने वागा, युक्तीच्या चार गोष्टी ऐका, इत्यादी गोष्टी संपविल्या जात आहेत.

आदर्शवादी गोष्टींच्या व चांगल्या सवयी लावण्याच्या जाहिराती दिसत नाहीत उलट कर्ज घ्या,सोने तारण ठेवा,वाहने घ्या, असे आवाहन केले जाते आणि चित्रपटांच्या, दारूच्या, सिगारेटच्या व हॉटेलच्या जाहिराती सर्वत्र दिसतात. थोडक्यात

खाऊन पिऊन मस्त रहा, भोगवादी व्हा,चंगळवाद स्वीकारा हेच सांगितले जात आहे.

विशेष म्हणजे उपरोक्त प्रकाराने भोगवादी होऊन आपण सुखी, शांत, समाधानी व आनंदी होत आहोत का? हा मूळ प्रश्न आहे. आपली प्रतिष्ठा वाढत आहे का? आपण कुणासाठी आदर्श व्यक्ती ठरत आहोत काय? याचा विचार होणे गरजेचे आहे. शेवटी आपण किती वर्षे जगलात, यापेक्षा कसे जगलात, हे महत्त्वाचे ठरते आणि हेच शाश्वत सत्य आहे, एवढे मात्र खरे!

आपण भोगवादी संस्कृतीला वाढवत आहोत, चंगळवादी होऊन जगल्यास आज ना उद्या ही भोगवादी प्रवृत्ती लयास जाणार हे नक्की, असे जगताना अनेक समस्या उद्‌भवत आहे, त्या समस्यांवर उपाय शोधले जात आहे, मात्र मुळाशीच घाव घालणे गरजेचे आहे. भोगवादी संस्कृतीत हाल होतीलच तेव्हा त्या परिस्थितीला अनुसरून काय म्हटले जाईल? यासाठी एक शेर आठवतो...

'किसी की बद दुवाँ है,
या मेरे तकदीर की साजीश ।
खुशी के काफीले,
घर से मेरे होकर गुजरते है ।'

OOO

४५. कारवाई नि वरकमाईची मलाई

समाजात चालणारे अवैध धंदे तसेच विविध पद्धतींचे गैरप्रकार यांच्यावर नियंत्रण ठेवण्यासाठी शासनाच्या विविध खाती आहेत. यामध्ये काही खाती राज्यसरकारची, तर काही केंद्रसरकारची आहेत. परंतु कार्यपद्धती सारखीच आहे. काही खात्यांकडे गैरप्रकार थांबविणे, तर काही खात्यांकडे शासनाची वसुली करण्याचेही काम आहे. परंतु या सर्व खात्यांमध्ये इमानेइतबारे नियम पाळून गैरप्रकार रोखले जातात किंवा फक्त शासनाचीच वसुली होते असे नाही, तर ही खाती कारवाई करते आणि वरकमाईची मलई पण खाते, असेच चित्र सरासरी दिसून येते.

गैरप्रकार वाढले तर कायदे पण कठोर झाले, तेव्हा कायद्यानुसार कठोर कारवाई न करण्याचा मध्यम मार्ग अनेक अधिकाऱ्यांनी स्वीकारला. म्हणजेच कारवाई तर करायचीच मात्र त्यातही अनेक बाबींवर सेटलमेंटही करायची आणि त्यात वरकमाई, मलई खायची. अशा या कारवाईच्या प्रकारामुळे शासनाचा चांगला अधिकारी म्हणून शाबासकी पण मिळते, तर कारवाई करताना सेटलमेंट करून सूट दिल्यामुळे पार्टी व दलाल दोघेही समाधानी होतात. अशा कारवायांमध्ये अधिकाऱ्यांना पकडणे कठीण होते, कारण हात कापून कारवाई किंवा विशेष पूर्ण सूट दिलेली नसते. कामही झाले आणि माल पण मिळाला, असे हे गोरखधंदे वाढले आहेत.

कारवाई आणि वरकमाईची मलई या प्रकाराचा अनुभव लहान व्यापारी व जनता ते उच्चभ्रूपर्यंत सारखाच असाच आहे. यामध्ये पोलिसांनी टाकलेली जुगार अड्ड्यावरची धाड, त्यात जप्ती रक्कम व साहित्य कमी

दाखविणे, आरोपी कमी करणे, त्यांच्या नावे चुकीची नोंद करणे, हातकडी न घालणे, पीसीआर न मागणे, दोषारोप पत्र लवकर दाखल न करणे, तपासात त्रुटी ठेवणे, तर अवैध वाहतूक, अवैध विविध व्यवसाय (ज्यामध्ये जुगार अड्डे, अवैध दारू विक्री, गांजा विक्री, गुटका विक्री, क्रिकेटचा सट्टा, सॉ मिलचा गैरप्रकार, रेशन वाटपाचा घोळ, असे अनेक प्रकार); तसेच अन्न व औषधी प्रशासन खात्याची कारवाई, शॉप ॲक्टची कारवाई, भेसळ प्रतिबंधक बाबतची कारवाई, वनखात्याची कारवाई, आयकर खात्याची कारवाई; तसेच लाचलुचपत खात्याची कारवाई इत्यादी कारवायांचा समावेश करता येईल. ही सर्व कारवाई केली, तर जाते मात्र बहुतांश प्रकरणात 'सेटलमेंट' करून 'तेरी भी चूप और मेरी भी चूप' या पद्धतीची असते.

बड्या कंपनी करतात तो व्यवसाय लहान व्यावसायिकांना करू द्यायचा नाही, यासाठी काही खात्याचे अधिकारी, तर नियमावर बोट ठेवून बड्यांची 'सुपारी' घेतल्यासारखे काम करतात. मध्यंतरी असा आरोप केमिस्ट ॲन्ड ड्रगिस्ट असोसिएशनने जाहीरपणे केला होता. तर आता थंड पाण्याची छोटी छोटी युनिट टाकणारे, जारमध्ये पाणी विकणारे छोटे उद्योजक, तसेच सुटे खाद्यतेल विकणारे दुकानदार इत्यादी, अधिकाऱ्यांच्या कारवाईने त्रस्त झाले आहेत. खाद्यतेलाचे छोटे पॅक उपलब्ध नसेल तर सुटे तेल विकता येणार नाही, या नियमामुळे दररोज हातावर पोट भरणाऱ्यांचे हाल होतात, मात्र बड्या कंपन्या व अधिकाऱ्यांनी ठरविले की काहीही चालत नाही. यावेळी 'अधिकाऱ्याच्या आले मना तेथे कोणाचे चालेना' असे म्हणतात, तर मनात येऊ नये म्हणून खिशात येणे आवश्यक केले जाते.

वास्तविक कितीही कारवाई केली तरीही गैरप्रकार थांबत नाहीत, उलट ते 'सेटिंग' च्या प्रकारातून, तोंडी परवानगीतून 'हप्ता बंद' पद्धतीने सुरू असतात; तसेच मानसिक त्रास व ताण दिला की जास्त पैसे मिळतात, हे कारवाई करणाऱ्यांना माहिती असते. कोणतेही गैरप्रकार संबंधित अधिकाऱ्यांच्या आणि त्यांच्या वर असलेल्या बड्या अधिकाऱ्यांच्या तसेच बड्या राजकीय नेत्यांच्या दुर्लक्षितपणाशिवाय चालूच शकत नाहीत, हे जनतेला पटलेले आहे. परंतु 'असेच' चालते ही सार्वजनिक वृत्ती झालेली आहे.

अनेकवेळा तर हप्ते वाढविण्यासाठीच कारवाई केली जाते किंवा दाखविण्यासाठी, केसचे टार्गेट पूर्ण करण्यासाठी कारवाई केली जाते, असे दिसते. काही वेळा वृत्तपत्रात बातम्या आल्या म्हणून कारवाई केली जाते आणि 'आता पत्रकारांनाही हप्ते द्यावे लागतात', असे सांगून हप्ताची रक्कमही वाढवून घेतली जाते. मध्येच कठोर, कडक अधिकारी आला तर त्याच्यानुसार हप्त्यात वाढ व टार्गेट केसमध्येही वाढ

होते. तेवढेच, मात्र वेळ निघताच परत तसेच सुरू होते. काही लोक, राजकीय व्यक्ती तेवढ्यापुरते गैरप्रकारांविरुद्ध आवाज उठवितात, तेव्हा त्यांनाही 'सेट' केले जाते, हे पण विशेष.

एकंदरीत गैरप्रकार नेस्तनाबूद होतील, असे काही करू नका, सर्वांवर अधिकार गाजवा, कारवाई करा, वरकमाईची मलई पण खा, असाच पायंडा पाडला जात आहे.

वास्तविक स्वत:च्या वैयक्तिक स्वार्थामध्ये जग इतके मग्न झाले आहे की, येथे दुसऱ्यांवरच्या व्यथा, वेदना व समस्यांवर चर्चा करायला कोणालाच वेळ नाही म्हणून एक शायर असे म्हणतो...

'सुनेगा कौन मेरी,
चाकरमानी का अफसाना
यहाँ सब अपने,
पेहरन की बात करते है'

OOO

४६. समाजात सर्वच काही बिघडले असे नाही

संपूर्ण समाज बिघडला आहे, सर्वच काही नासले आहे, सर्वत्र भ्रष्टाचार, आतंकवाद, अनैतिकता, अराजकता माजली आहे; आणि 'आभाळच फाटले, तर कुठे कुठे ठिगळ लावणार?' असे सांगून, काहीच शिल्लक राहिले नाही, असे चित्र दाखविण्याचा प्रयत्न अनेक लोक, नेते व अधिकारी करीत असतात. मात्र हे मुळीच खरे नाही.

वास्तविक पाहाता मानवी स्वभावानुसार नकारात्मक भाव ठेवणे, त्यावर चर्चा करणे, तसे नकारात्मक वाचन, नाटक, चित्रपट इत्यादी आवडतात म्हणून आपल्यालाही असे वाटते. टी.व्हीवरील सीरियल तसेच प्रसारमाध्यमे प्रामुख्याने वर्तमानपत्रेही नकारात्मक बातम्या जास्त देतात, विचारले तर जनतेची मागणी आहे, काय करणार? शेवटी व्यवसाय आहे असे सांगून मोकळे होतात. विशेष म्हणजे टी.व्ही.वरील रामायण, महाभारत मालिकांची उदाहरणे आहेत, की जेव्हा टी.व्ही.वर ही मालिका यायची, तेव्हा गावागावात, रस्त्यावर संचारबंदी सदृष्य स्थिती असायची, सर्व लोक टि. व्ही. समोर असायचे, अंत्ययात्रेचा वेळ बदलावा लागायचा, म्हणजेच छान दिले तर लोक ते पण डोक्यावर घेतात, असेही म्हणता येईल. वास्तविक पाहाता समाजात हजारो, लाखो चांगल्या गोष्टी आहेत. दररोज अनेक लहान-मोठ्या चांगल्या घटना घडत असतात, चांगुलपणा, नैतिकता, प्रामाणिकता, संस्कृती, आध्यात्मिकता व संस्कार इत्यादी बाबी समाजात मोठ्या प्रमाणात शिल्लक आहेत म्हणूनच सर्व काही सुरू आहे, हे वास्तव आहे.

शिक्षण क्षेत्रात, वैद्यकीय क्षेत्रात तसेच सामाजिक व विज्ञान इत्यादी सर्व क्षेत्रातील प्रगती डोळे दीपवून टाकणारी आहे. जनतेचे राहणीमान सुधारले, आयुष्यमान वाढले असून भौतिक अद्यावत साधनांमुळे जीवन जगणे व जगविणे सोपे व सुकर झाले आहे, हे विसरता येणार नाही.

भारतात स्वातंत्र्याच्या वेळी आपण सुई बनवित नव्हतो, आता सॅटेलाईट, विमाने, कॉम्प्यूटर वगैरे बनवितो, तेव्हा फक्त दोन कोटी मध्यमवर्गीय कुटुंबे होती. आता ४२ कोटी झाली आहेत, तेव्हा सायकल व रेडिओ ही श्रीमंती होती, आता लाखो दुचाकी घराघरांत दिसते. सद्य:स्थितीत भारतात ९० कोटी टीव्ही, तर ९२ कोटी मोबाईल आहेत ही सर्व प्रगतीची लक्षणे नाहीत काय?

अण्णा हजारे व रामदेव बाबांचे जनजागृती आंदोलन, तर अनेक मंत्र्यांना भ्रष्टाचारात तसेच संजय दत्तला अवैध शस्त्र बाळगण्यात तुरुंगात जावे लागले, अफजल गुरूला फाशी व इतरही अनेक चांगल्या घटना समाजमनावर परिणाम करणाऱ्या ठरल्या नाहीत काय?

'विज्ञानाने स्थिती सुधारते
तर अध्यात्माने मनःस्थिती सुधारते'

विज्ञानाची प्रगती झाल्याने एकंदरीत परिस्थिती सुधारली आहे. याला काही अपवाद आहेत आणि अपवाद प्रत्येक ठिकाणी असतातच ते काही नियम होत नाही.

ज्येष्ठ विचारवंत श्री. प्रकाशभाऊ पोहरे म्हणतात, एक चाकू गृहिणीच्या हातात असेल तर छान भाजी चिरु शकेल, तोच डॉक्टरकडे असेल, तर जीवनदायी शस्त्रक्रिया करू शकेल आणि तोच चाकू गुंडांच्या हाती असेल, तर तो खून करू शकेल म्हणजेच, चाकू एकच असला तरी वापरणाऱ्याच्या मन:स्थितीचा हा फरक आहे, हे म्हणणे अगदी खरे आहे. ही मन:स्थिती सुधारण्यासाठी आशावाद महत्त्वाचा ठरतो, मुळात आध्यात्मिकता पण आशावादच शिकवते, जे आहे ते स्वीकारा आणि छान होण्यासाठी प्रयत्न करा, सद्य:स्थितीत ही शिकवण कमी पडत आहे. त्यामुळेच नकारात्मकता वाढून आपण काही करू शकत नाही, अशी भावना वाढते आहे.

आशावाद, विश्वासार्हता, सकारात्मक दृष्टिकोन, सत्यता, वास्तविकता, स्वीकारर्हता या सर्व बाबी जीवन जगण्यासाठी अत्यंत महत्त्वाच्या ठरतात, किंबहुना या शिवाय जीवन जगणे कठीण आहे.

सर्वच काही बिघडले असे म्हटल्याने काय चांगले होणार आहे? सद्य:स्थितीत मोठमोठे दान देणारे दाते आहेत, सामाजिक व धार्मिक संस्था आहेत. समाजात धर्मादाय रुग्णालये चालवितात, विविध शस्त्रक्रिया शिबिरे घेतात, गोरगरिबांना मदत

करतात, दुष्काळात गुराढोरांना चारा देतात, रक्तदाते, नेत्रदाते, देहदाते व अवयव दानदाते आहेत, तर अनेक धार्मिक संस्था हजारो भक्तांना वाममार्गापासून परावृत्त करतात. त्यांना अन्नदान, वस्तूदान इत्यादी सर्व प्रकाराने मदत करतात, हे सर्व संस्कारातून होते. मात्र हे आशादायी नाही का? दुसरीकडे चांगल्या संस्था, व्यक्ती यांना चांगले म्हणणारे; तसेच मदतीचे हात देणाऱ्यांच्या पाठीवर शाबासकीची थाप मारणारे कोठे गेलेत, असा प्रश्न पडतो.

नैराश्यवादाने कुणाचेही भले झाले नाही, निराश व हताश व्यक्ती कधीही आनंद देत नाही. उलट अशांना टाळले जाते, तेव्हा आपण आशावादी असावे. आशावादी होण्यासाठी चार महत्त्वपूर्ण बाबी असून अनुक्रमे १) दुसऱ्यांप्रती कृतज्ञता व्यक्त करणे २) स्वत:चा उत्साह वाढविणे ३) चुकत असल्यास कारणे शोधून जबाबदारी स्वीकारणे ४) कुतूहल वाढविणे इत्यादींचा समावेश आहे. यामुळे आपण आशावादी होऊ शकतो. समाजात जे चांगले चित्र आहे ते मोठ्या प्रमाणात दाखवावे, त्यावर बोलावे, चर्चा व्हावी, इतरांच्या चांगल्या गोष्टींवर, कार्यावर त्यांची प्रशंसा करावी, मदत करावी हे आवश्यक आहे, पितृऋण, मातृऋण या प्रमाणेच, समाजऋण फेडण्याचा प्रयत्न केला पाहिजे, अशी शिकवण आहे. तर ज्या समाजात आपण राहातो, तो समाज छान आहे आणि महान आहे, समाजाने प्रगती केली आहे ही भावना सामाजिक बळ देणारी आहे. आजूबाजूच्या अनेक छोट्या छोट्या गोष्टीत आनंदी होता येते, मात्र आपणास आजकाल मोठाच आनंद पाहिजे, त्यामुळे छोटे छोटे आनंद आपण घेत नाही.

शेवटी एका शायरच्या ओळी आठवतात...

हसते हसते ही गुजर जाये जिंदगी है वही,
फुल सी मुस्कुराये जिंदगी है वही,
जब सब तरफ छा जाये अंधेरे का निजाम,
खुद ही रोशनी बन जाये जिंदगी है वही'

○○○

४७. डॉक्टरांकडून लूटमार : रुग्ण, नातेवाइकांचे हाल

किसी को खुश करने का मौका मिले तो, खुदगर्ज ना बन जाना ऐ दोस्त ।

बडे नसीबवाले होते है वो, जो दे पाते है मुस्कान किसी चेहरे पर...

पृथ्वीवरचा देव म्हणून ज्यांना गौरविले जाते ते डॉक्टर आता भ्रष्ट झाले आहेत, असे सार्वत्रिक मत तयार झाले आहे. डॉक्टरांनी जाणूनबुजून महागडी औषधे लिहून देणे, भरमसाठ फी घेणे, स्वत:चेच औषध दुकानात ठेवणे किंवा औषधांच्या दुकानात हिस्सा ठेवणे, कारण नसताना रक्त, मूत्रासोबत अनावश्यक तपासण्या करवून घेणे, औषधांच्या कंपनीच्या गिफ्टसाठी विशिष्ट कंपनीची औषधे लिहिणे, रात्री-बे-रात्री रुग्णालयात उपचार करण्यास मनाई करणे, लोकांच्या घरी जाऊन उपचार न करणे, मूत्र व रक्त तपासणीच्या डॉक्टरांना सांगून कावीळ, टायफाईड आदी 'मॅनेज रिपोर्ट' काढून घेणे, जास्त दिवस रुग्णाला भरती ठेवणे, रुग्णांशी व नातेवाइकांशी बोलून त्यांच्या शंकांचे समाधान न करणे, आदी अनेक तक्रारीमुळे डॉक्टर वादग्रस्त ठरत आहेत.

दरम्यान नवी मुंबईस्थित मेडी एंजल्स नावाच्या अमेरिकन कंपनीने भारतात केलेल्या सर्व्हेचा अहवाल जाहीर झाला असून खळबळ निर्माण करणारा आहे. यामध्ये २० हजार शस्त्रक्रिया झालेल्या रुग्णांचे मूळ आजाराचे रिपोर्ट गोळा करून इतर राष्ट्रीय-आंतरराष्ट्रीय तज्ज्ञ डॉक्टरांना दाखविण्यात आले, तर २० हजारांपैकी ४४ टक्के म्हणजेच ८ हजार

८०० रुग्णांवर शस्त्रक्रियेची गरजच नव्हती, नाहक आणि बोगस शस्त्रक्रिया त्यांच्यावर करण्यात आल्याचे उघडकीस आले आहे. या सर्व्हेच्या अहवालानुसार डॉक्टरांनी पैसा कमविण्यासाठी या बोगस शस्त्रक्रिया केल्या असून एकूण ४४ टक्के बोगस शस्त्रक्रियांमध्ये ५५ टक्के बोगस शस्त्रक्रिया या हृदय रोगाच्या संबंधित आहेत, तर गर्भाशयासंबंधीच्या ४८ टक्के, कॅन्सरसंबंधी ४७ टक्के, गुडघेसंबंधी ४८ टक्के आणि प्रसूती संबंधीच्या ४५ टक्के शस्त्रक्रिया, या गरज नसताना केल्या गेल्या आणि शस्त्रक्रियेचा सल्ला देण्यात आला, असे उघडकीस आले आहे. ठोस कारण नसताना करण्यात आलेल्या हजारो ऑपरेशन्सने रुग्णांचे, कुटुंबीयांचे व नातेवाइकांचे मात्र हाल झाले आहेत.

औषध निर्मात्या कंपनीने व खाजगी इस्पितळाने दिलेले उद्दिष्ट पूर्ण करण्यासाठी; तसेच पैसा कमविण्यासाठी पद्धतशीरपणे लुटण्याचे काम रुग्णांच्या जिवाशी खेळून डॉक्टर्स करीत आहेत. त्यामुळे 'शहाण्या माणसाने कोर्टाची पायरी चढू नये,' असे म्हणतात, त्याचप्रमाणे 'शहाण्यांनी आजारी पडू नये' असे म्हणण्याची व तशी दिनचर्या ठेवण्याची वेळ आली आहे.

भारतात औषध निर्मात्या कंपन्यांची एकूण व्यावसायिक उलाढाल ६० हजार कोटी रुपयांची आहे. यापैकी ७ टक्के रक्कम (४ हजार २०० कोटी) ही औषधांच्या जाहिरातींवर, प्रचारावर खर्च होते. हा सर्व खर्च प्रामुख्याने डॉक्टरांवर वेगवेगळ्या प्रकारे केला जातो. भारतात एकूण ७ लाख ५० हजार डॉक्टर आहेत, तर १२० कोटीच्या लोकसंख्येनुसार ही संख्या खूप कमी असून तातडीने किमान ४ लाख ५० हजार डॉक्टरांची आणखी गरज आहे. डॉक्टर कमी असल्याने प्रामुख्याने कोट्यवधी ग्रामीण लोकांना उपचार उपलब्ध होत नाहीत. सद्य:स्थितीत १ हजार ४२५ लोकांच्या मागे एक डॉक्टर असे गणित असून प्रत्येकी १४० महिलांच्या प्रसूतीमध्ये एका महिलेच्या मृत्यूस धोका आहे. सर्वाधिक लोकसंख्या असलेल्या चीनमध्ये हे प्रमाण १४०० महिलांच्या मागे एका महिलेच्या मृत्यूचा धोका, असे आहे.

भारतात रुग्णाच्या आजारपणावर खर्च केल्यामुळे मध्यमवर्गीय रुग्णाचे कुटुंबीय व नातेवाईक गरीब झाल्याची खूप उदाहरणे आहेत. सुमारे ६ कोटी ३० लाख मध्यमवर्गीय लोक या कारणाने दरवर्षी गरीब होतात, असा अहवाल आहे. तर केंद्राच्या आरोग्यखात्याच्या नोंदीनुसार ग्रामीण भागातील लोकांच्या वार्षिक उत्पन्नामधील सुमारे ७ टक्के रक्कम व शहरी भागातील ५.५ टक्के एवढी रक्कम आजारपणावर खर्च होत आहे. विशेष म्हणजे ४० टक्के लोक उधार व कर्ज घेऊन दवाखान्यावर खर्च करतात, तर ६० कोटी लोकांसाठी फुकट औषधोपचारही उपलब्ध होत नाही.

भारतात फक्त ५ टक्के लोकांकडे आरोग्य विमा असून ग्रामीण भागात अजूनही विमा कंपनी आरोग्य विम्यासाठी पोहोचल्या नाहीत, तर इलाज खर्च परवडत नाही, म्हणून अनेक लोक अंधश्रद्धेकडे झुकतात व अघोरी उपचारही करतात.

दुसरीकडे जगातील इतर देशांच्या तुलनेत भारत सरकार एकूण उत्पन्नाच्या (जेडीपी) सर्वांत कमी, फक्त १.२ टक्के, रक्कम जनतेच्या आरोग्यविषयक सेवेत खर्च करते, तर बाजूच्या चीन, श्रीलंका व थायलंड या देशात तीन टक्के रक्कम आरोग्यसेवेवर खर्च करण्यात येते. एकंदरीत आपल्या देशात आरोग्यसेवेची स्थितीही हलाखीची आहे.

भारतात रुग्णाच्या आजारपणावर खर्च केल्यामुळे मध्यमवर्गीय रुग्णाचे कुटुंबीय व नातेवाईक गरीब झाल्याची खूप उदाहरणे आहेत. सुमारे ६ कोटी ३० लाख मध्यमवर्गीय लोक या कारणाने दरवर्षी गरीब होतात, असा अहवाल आहे.

एकूणच अपूर्ण आरोग्यसेवा, डॉक्टरांचे गैरप्रकार, डॉक्टरांचा तुटवडा आदींमुळे जनता भरडली जात आहे, संतप्त होत आहे. परिणामी डॉक्टरांना मारहाण, दवाखान्यांची तोडफोड आदी प्रकार सर्वत्र सातत्याने घडत असतात. डॉक्टरांबद्दल आदर ठेवावा, त्यांच्यापासून काहीही लपवू नये असे म्हणत असत. परंतु आताची परिस्थिती पाहिली तर एक सुभाषित आठवते...

वैद्यराज नमस्तुभ्यं, यमराज सहोदराः ।
यमस्तु हरंतु प्राणान् वैद्यं प्राणान् धनानी च ।

"अर्थात वैद्यराज (डॉक्टरांना) नमस्कार असो, कारण डॉक्टर हे यमाचे भाऊ आहेत, यम तरी फक्त प्राणाचे हरण करतो, मात्र डॉक्टर प्राण आणि धन या दोघांचे हरण करतात."

सुरुवातीच्या काळात डॉक्टर व्यवसाय हा 'नोबेल प्रोफेशन' होता. आता मात्र डॉक्टरांची वागणूक, दारू पिण्याचे व इतर व्यसनांचे वाढते प्रमाण पाहता त्यांची सन्मानजनक स्थिती ढासळत आहे. अनेक डॉक्टर्स मेडिकल ऐथिक्सही पाळत नाहीत. डॉक्टर डॉक्टरलाही सोडत नाहीत, असे अनेकांचे अनुभव आहेत.

राज्यात एकूण ४४ वैद्यकीय महाविद्यालये असून सुमारे ५८०० विद्यार्थी दरवर्षी एमबीबीएस होतात. तर देशात ३८१ कॉलेज असून सुमारे ५० हजार डॉक्टर होतात. ही संख्या गरजेपेक्षा खूपच कमी आहे. वाढती लोकसंख्या व वाढत्या आजारानुसार डॉक्टर मोठ्या प्रमाणात निर्माण व्हावे, अशी व्यवस्था असली पाहिजे.

कमी शासकीय, वैद्यकीय महाविद्यालये, तर खाजगी वैद्यकीय महाविद्यालयातून डॉक्टर होण्यासाठी लागणारा एकूण कालावधी व प्रचंड डोनेशन. तसेच आता एम. डी. व्हावे, तर एकूण अर्धे आयुष्य सुमारे २९ वर्षे तर शिकण्यातच जातात. तदनंतर महागड्या जागेत मोठ्या हॉस्पिटलची इमारत, महागड्या मशिनरी यामुळे झालेला प्रचंड खर्च व्याजासह वसूल करण्यासाठी डॉक्टर जास्त पैशाच्या पाठीमागे लागले आहेत.

समाजात आजही काही डॉक्टर चांगले आहेत, कमी फी घेणे, कमी खर्चाची औषध देणे, मान-सन्मान राखून कार्यरत आहेत. मात्र नियत खराब असलेल्या अनेक डॉक्टरांमुळे चांगल्या डॉक्टरांचीही नाहक बदनामी होते, तेव्हा चांगल्या डॉक्टरांच्या सेवेचा गौरव, सन्मान सामाजिक संस्थांनी केलाच पाहिजे, असे वाटते.

आरोग्य चांगले राहावे, गंभीर आजार होऊ नये यासाठी नित्यनियमाने व्यायाम, योगासन, ध्यान-धारणा, खाण्यापिण्याच्या चांगल्या सवयी ठेवणे या प्रकारे काळजी घेता येते, तर मोठ्या आजारात किंवा खर्चीक शस्त्रक्रियेपूर्वी दुसऱ्या एका डॉक्टरांचे मत (सेकंड ओपिनियन) जाणून घेणे जास्त महत्त्वाचे झाले आहे. शेवटी डॉक्टरांकडून समाजाला खूप मदतीची अपेक्षा आहे, मात्र सद्य:स्थितीत डॉक्टरांना समजणे कठीण झाले आहे. या आशयाचा एक शेर आठवतो...

आसान नहीं हैं, उस शख्स को समझना,
जो जानता सब कुछ हो, पर खामोश रहे हर वक्त ।

○○○

४८. महिला पीडित पुरुषांचे काय ?

समाजात सर्वत्र महिलांची सुरक्षितता, त्यांची अवहेलना, त्यांच्यावरील, अत्याचार, त्यांचे शारीरिक व मानसिक शोषण त्यांच्या सोबत दुर्व्यवहार इत्यादींबाबत चर्चा, तसेच उपाययोजना आणि महिला संरक्षक कठोर कायदे होत आहेत, ही आवश्यक बाब आहे. यामुळे महिलांवरील जोर-जबरदस्ती थांबेल, पुरुषवर्ग चुकीचे करण्यासाठी धजावणार नाही. याउलट महिलांचा आत्मसन्मान, स्वाभिमान जागृत होईल, एकेकाळची अबला महिला यामुळे सबला (सबळ) होतील. परिणामी भीती न बाळगता पुरुषांच्या बरोबरीने कार्य करतील, स्वतःच्या पायावर खऱ्या अर्थाने उभ्या राहातील. यामुळे त्यांचे जगणे सुखकारक होईल, असे समजायला हरकत नाही. मात्र उपरोक्त सर्व बाबी करताना शासनकर्त्यांचे समाजकारण किती व राजकारण किती हा भाग वेगळा. तर पुरुषप्रधान भारतीय संस्कृतीमध्ये याचा परिणाम कसा व किती प्रमाणात होईल, हे कालांतराने दिसून येईल.

कायदेशीरदृष्ट्या पाहिले तर सुपरिचित ज्येष्ठ सामाजिक कार्यकर्त्या ॲड. अपर्णा रामतीर्थकर म्हणतात, महिलांची बाजू घेणारे एकूण १६ कायदे आहेत, तर पुरुषांच्या बाजूने फक्त एक कायदा आहे, तो पण घटस्फोट मागण्याचा अधिकार एवढाच.

विवाहितेचा छळ, विनयभंग, बलात्कार, प्रॉपर्टीमध्ये अधिकार, मुलांवरील हक्क इत्यादी सर्व फक्त महिलांसाठीच आहेत. पुरुषांचा महिलेकडून छळ, विनयभंग, बलात्कार इत्यादी होऊच शकत नाही किंवा होतच नाहीत काय,असा प्रश्न पुरुषांना पडत असतो. म्हणजेच महिला पीडित पुरुष

नाहीत काय, तरुणी पीडित तरुण नाहीत काय, त्यांच्यावर मुलींकडून 'टाँटिंग' होत नाही काय, पत्नी पीडित पती नाहीत काय आणि पुरुषाला त्रास होत असेल, तर त्याला काय संरक्षण आहे, इत्यादी बाबींची चर्चा या नव्या वातावरणात गरजेची ठरत आहे.

प्रत्येकवेळी फक्त आणि फक्त पुरुषांचाच दोष असतो काय? म्हणे, आमिष दाखवून बलात्कार, विनयभंग केला, अनेक वर्षांपासून सतत बलात्कार केला, यामध्ये आमिषाला बळी पडणाऱ्या महिलेचा काहीच दोष नाही का की, महिला आहे म्हणून तिला आमिष ओळखताच येत नाही, अनेक वर्षे झाली तरी बलात्कार कळत नाही, असे समजून ती म्हणेल तेच आरोप खरे समजावे काय? दुर्दैवाने समाज व पोलिसांनी महिलेचा आरोप खरा समजण्याचा अघोषित नियमच केला आहे. त्यामुळे पुरुषांनाही संरक्षणाची गरज निर्माण झाली आहे.

सुमारे १३ वर्षापूर्वी अहमदाबाद येथे स्थापित अखिल भारतीय पत्नी अत्याचार विरोधी संघ, तर बेंगळुरू येथेही फॅमिली हारमनी सोसायटी तसेच पत्नी पीडित पती संघ, जोधपूर व इतरत्रही अनेक संस्था यासंबंधी पुरुषांच्या हितासाठी कायदा करा म्हणून कार्यरत आहेत. दोन वर्षापूर्वी अहमदाबाद येथे एकूण शंभर पत्नी पीडित पतींचा 'आम्हाला पत्नीच्या छळापासून वाचवा' असा मोर्चा निघाला होता.

देशात जनावरांसाठी, पशू-पक्ष्यांसाठी कायदे आहेत, मात्र महिलांपासून त्रस्त पुरुषांसाठी कायदा का नाही? हुंड्यासाठी छळाच्या गुन्ह्यांमध्ये अनेक नातेवाइकांना नाहक गोवण्यात येते आणि या गुन्ह्याचे कलम ४९८ (अ) चे ९४ टक्के गुन्हे सिद्ध होत नाही, तरीही खोट्या केसेस करणाऱ्या महिलांविरुद्ध शासन कारवाई का करीत नाहीत, खोट्या केसेसमुळे पुरुषांवर मानसिक दबाव येतो, पुरुष आत्महत्त्या करतात त्याला जबाबदार कोण, विवाहापूर्वीच्या अनेक गोष्टी ज्यामध्ये पूर्वीचा विवाह, पूर्वीचे चारित्र्य, वैद्यकीय आजार, मनोरुग्ण संबंधीचे आजार लपवून विवाह लावून देण्यात येतो. नंतर मात्र उघडकीस आल्यास पुरुषांवरच कायद्यानुसार कारवाई होते, तेव्हा फसवणूक करणाऱ्यांवर, महिला व तिचे नातेवाईक विरुद्ध कारवाई का होत नाही, इत्यादी अनेक प्रश्न या पत्नी पीडित संघटनांनी उपस्थित केले आहेत.

शासनाने महिला व बाल कल्याण विभाग काढला आहे, मात्र पुरुषाच्या कल्याणाचे काय किंवा पुरुषांचे पूर्वीच दुसऱ्या अर्थाने कल्याण झालेले असते म्हणून दखल घ्यावी, असे शासनाला वाटत नसावे.

पुरुषांवरही अन्याय होतात, मात्र ते बोलू शकत नाहीत, महिला ऐकत नाही,

ताब्यात नाही असे सांगणे बालहट्ट, राजहटप्रमाणेच स्त्रीहट्ट पुरविल्याचे कबूल करणे, म्हणजे पुरुषी अहंकार दुखावण्याचा भाग होतो. त्यामुळे पत्नी किंवा महिलांसोबत पटले नाही, वाद झाला, महिला नाराज झाली तर चूक कोणाचीही असो शेवटी 'अश्रूशस्त्र' निघताच स्वॉरी (माफी) पुरुषांनाच म्हणावे लागते, असे चित्र घरा घरात दिसून येते.

प्रत्येकाला सन्मान देणे, जबाबदारीचे, कर्तव्याचे भान देणे हे वेगळे, मात्र फक्त कायद्याचे बळ देऊन पुरुषांवर एकतर्फी सूड उगवता येईल, अशी व्यवस्था देणे, हे वेगळे. प्रामुख्याने घर-संसारात, समाजात समन्वय राहील, एकमेकांप्रती आदरभाव राहील, कोणीही कोणाचे शोषण करू नये, कोणावरही अन्याय होणार नाही, या बाबी महत्त्वाच्या ठरतात; तर कायद्याचे समान अधिकार देणे तसेच पक्षपात होणार नाही याचीही काळजी घेणे गरजेचे आहे.

शेवटी कायद्याने सर्वच प्रश्न सुटत नाहीत, तर कायद्यावर बोट ठेवून सर्वत्र चालत पण नाही, ही समाजातील वास्तव आहे, एवढे मात्र खरे!

शेवटी माणसाने माणसाची कदर करावी या आशयाचा एक शेर आठवतो...

'क्या गजब है, इन्सान को
इन्सान की नही है कदर ।
हर फरिश्ते को यह नफरत है,
की इन्सा क्या होता है ।'

○○○

४९. अखेर 'रिमोट' आपल्या हातात...

'घर सजाने का तसव्वुर तो वादे की बात है ।
पहले ये तय हो कि इस घर को बचाए कैसे ?'

सद्य:स्थितीत 'काळ बदलला' च्या नावाखाली अनेक गोष्टी बदलल्यात असे सांगितले जाते, हे काही बाबतीत खरे पण आहे, परंतु शाश्वत बाबी ज्यामुळे जीवन छान, चांगले, समृद्ध होते. त्याबाबी किती बदलल्यात? सोयी, सवलती, साधनांचा विकास झाला परंतु जगणे सुखकारक, आनंदी व शांतचित्त तसेच पवित्र झाले, असे म्हणता येणार नाही.

वातावरण खराब झाल्याचा सर्व दोष सरासरी प्रभावी माध्यम असलेल्या टीव्हीला (दूरदर्शन) ला देण्यात येतो. टीव्ही चॅनेल्सचा हा उद्योग गेल्या काही वर्षांत (१९८२) नंतर प्रचंड फोफावला, कितीही दूषणे देत असलो तरी टीव्हीचे व्यसन सुटत नाहीत, 'लोकांना जे आवडते ते आम्ही देतो' असे कार्यक्रमाचे निर्माते सांगतात. दुसरीकडे टीव्ही सिनेमामध्ये सर्व काही घाणेरडे प्रकार, अश्लील बाबी, नाचगाणी, अंगप्रदर्शन, हिंसाचार, कौटुंबिक कलह, विलासी जीवन, खोटी समृद्धी तसेच चारित्र्यहीन लफडे दाखवितात, त्यामुळेच सर्व बिघडत आहे, असे मानणारेही खूप आहेत, कारण लोकशिक्षणाचे माध्यम, शिक्षणाचा प्रचार व प्रसार करणे, कृषिविषयक प्रात्याक्षिके, कृषिशिक्षण देणे, निखळ मनोरंजन करणे, समाज प्रबोधन करणे यासाठी टीव्हीचा प्रभावी वापर होत नाही.

लहान मुलांच्या तोंडपाठ झालेल्या जाहिराती प्रभावी असून टीव्हीच्या देशीविदेशी सर्व चॅनेल्सवरील जाहिरातीचा व्यवसाय एक लाख कोटीचा

झाला आहे. २०१२ च्या आकडेवारीनुसार भारतात एकूण ८२३ चॅनेल्स असून त्यापैकी १८४ चॅनेल्स हे पे चॅनेल्स आहेत. २७ कोटी कुटुबांत ७० कोटी जनता टीव्ही बघते. बड्या कंपनीवाल्यांनी तसेच मोठ्या उद्योजकांनी अलीकडे हा व्यवसाय स्वीकारला आहे. यामध्ये कर्मचारी कमी लागतात, तर कमाई जास्त असल्याने, तसेच पाहिजे तसे विचार जनतेला देऊन, पाहिजे तसे करवून घेणारे सशक्त माध्यम म्हणून हा व्यवसाय निवडला आहे. गाव, शहर पातळीवर केबल मालकसुद्धा स्वत:च्या बातम्या व स्थानिक जाहिरातींच्या उत्पन्नासाठी हा व्यवसाय करीत आहेत.

टीव्ही चॅनेल्सवर अनेक भाषांमध्ये हजारो कार्यक्रम दिले जातात. प्रामुख्याने लोकशिक्षणासाठी या माध्यमाचा वापर होण्याऐवजी वस्तू विकण्यासाठी या माध्यमांचा वापर होताना दिसत असला, तरी वैचारिकता दूषित करणे, जनमत बिघडविणे आणि बनविणे, सोयीचा प्रचार व प्रसार करणे यासाठी प्रामुख्याने हे हत्यार प्रभावीपणे वापरले जात आहे. या बड्या चॅनेल्सच्या संपादकांना वर्षाचे ७२ लाख ते सव्वा कोटी रुपयापर्यंतचे पगार पॅकेज असते,फक्त मालक सांगतात तसे दाखविणे व तसेच कार्यक्रम बनविणे, तर देशात तसे वातावरण बनविणे यासाठी एवढा पगार दिला जातो.

एका सर्व्हेक्षणाच्या अहवालानुसार मुले १८ वर्षाची सज्ञान होतात, तोपर्यंत त्यांनी टी.व्ही.वर सुमारे १५ हजार खून, १२ हजार बलात्कार, ४४ हजार उत्तेजित दृश्ये, कौटुंबिक कलहांचे लाखो किस्से इत्यादी पाहिलेली असतात. एवढे सर्व अयोग्य दृश्ये पाहिल्यानंतरही आपण त्या मुलामुलींनी छान वागावे, अशी अपेक्षा करीत असतो. ही अपेक्षा चुकीची ठरत नाही का?

या परिस्थितीत आत्मचिंतन करण्यासाठी प्रेरणा देताना एका शायरचा शेर आठवतो, तो म्हणतो...

'हम कौन थे, क्या हो गये है
और क्या होंगे अभी ।
आओ विचारें आज मिलकर
ये समस्याये सारी ।'

दरम्यान काही आध्यात्मिक व सामाजिक संस्था व व्यक्ती यांनी हे गंभीर प्रकरण ओळखून टीव्ही वर छान, चांगले व आध्यात्मिक सकारात्मक कार्यक्रम पण दिले पाहिजे असे ठरविले. तद्नंतर काही आध्यात्मिक चॅनेल्स, निखळ मनोरंजन देणारे कार्यक्रम, इतिहास, भौगोलिक व निसर्गाची माहिती देणारे चॅनेल्स व कार्यक्रमही सुरू झाले. मात्र तुलनात्मकदृष्ट्या असे कार्यक्रम व चॅनेल्स कमी आहेत ,आणि

दुर्दैवाने त्यांना प्रतिसादही कमी मिळतो आहे

अखेर कोणते चॅनेल्स वा कार्यक्रम पाहणे, तर आपल्यासाठी व कुटुंबीयांसाठी काय चांगले आहे, हे सर्वांना कळते मात्र 'रिमोट कंट्रोल' चा वापर का केला जात नाही, हा प्रश्नच आहे.

कार्यक्रम कोणी बघणार नसेल तर टी. आर. पी. (टेलिव्हिजन रेटिंग पॉइंट) मिळणार नाही आणि असे घाणेरडे कार्यक्रम कोणी पाहत नाही म्हणून कार्यक्रम बंद होतील. मात्र 'रिमोट' चा वापर करण्याची हिंमत दर्शकांनाच दाखवावी लागेल, आपण चुकीचे कार्यक्रम पाहाणार नाही, त्या कार्यक्रमांची चर्चाही करणार नाही, एवढे जरी केले तरी पुरे. अखेर महात्मा गांधीजींच्या 'त्या' तीन माकडांचे संदेश पाहिले तर, 'बुरा मत देखो, बुरा मत बोलो, बुरा मत सुनो' , याप्रमाणे टीव्हीवर 'बुरा मत देखो' ने सुरुवात करायला काय हरकत आहे.

आपण 'रिमोट' चा योग्य वापर करण्याचे आत्मबळ वाढविले की निश्चितच फरक पडेल. एका शायरचा शेर आठवतो...

'न पुछो की मेरी मंजिल कहाँ हे,
अभी तो सफर का इरादा किया है,
न हारुँगा-हौसला उम्र भर,
मैने किसी से नही, खूद से वादा किया है ।'

०००

५०. मृत्यूचे स्मरण मात्र असावे

'आसमा भर गया परिंदोसे,
जरुर कोई पेड हरा गीरा होगा'

एखाद्या चांगल्या व कर्तृत्वाने मोठ्या व्यक्तीचे निधन झाले, तर उपरोक्त ओळी व्यक्त केल्या जातात. वास्तविक मृत्यू हे अटळ व अंतिम सत्य आहे. जन्म झालेल्या प्रत्येक जिवाला मृत्यू अटळ आहे. हे सर्वांना चांगल्याप्रमाणे माहिती आहे. तर कुणीही सोबत काहीच घेऊन जात नाही, गडगंज संपत्ती, प्रॉपर्टी, हिरे जवाहीरत, एवढेच काय दैनंदिन जीवनात लागणाऱ्या वस्तूही सोडूनच जावे लागते. विशेष म्हणजे हे सर्व माहिती असतानाही अनेकांना माज असतो, मस्ती, गुर्मी, अभिमान, अहंकार, श्रीमंतीचा गर्व असतो, हे सर्व कशासाठी, या प्रश्नाचे समर्पक उत्तर मिळत नाही. उलट मी मरणार नाही, असा खोटा विश्वास बाळगून आयुष्यभर मुजोऱ्या सुरू असतात. तसे पाहिले तर आयुष्याचाच भरवसा नसतो.

कोण किती जगला यापेक्षा तो कसा जगला हे महत्त्वाचे असते, असे आपण नेहमी ऐकत असतो. परंतु 'कसा' म्हणजे छान जगण्याचे प्रयत्न किती लोक करतात? अनेक अधिकारी तर आपणही कधीतरी निवृत्त होऊ, याचा विचारही करीत नाहीत, वृद्धांची अवहेलना, टवाळकी, अपमान करतात, तसेच आपणास कुणाचीही गरज नाही, असे म्हणणाऱ्यांना आपणास कधीच वार्धक्य येणार नाही, अपघात होणार नाही, प्रकृती बिघडणार नाही, असे जणू माहीतच असते का? कुटुंबात, समाजात मस्तवाल पद्धतीने वागताना, आपण आपल्या जवळच्यांनाच दुखवीत आहोत याचेही भान

राहत नाही. उलट दुसऱ्या कुणाचाही कसलाही विचार न करता फक्त स्वार्थासाठीच जगण्याची मानसिकता बाळगणारेही दिसून येतात.

समाजात 'आयुष्यावर बोलू काही' म्हणून आयुष्यावर चर्चा होत असते, मात्र 'मृत्यूवरही बोलू काही' या विषयावरही चर्चा होणे गरजेचे आहे, कारण आयुष्य आहे म्हणूनच मृत्यू आहे आणि मृत्यू झाला की 'आयुष्यच' शिल्लक राहते चर्चेसाठी, तेव्हा आयुष्य असे जगावे की, ते योग्य पद्धतीने चर्चेत राहायला हवे.

यक्षाने धर्मराजाला जे १०८ प्रश्न विचारलेत, त्यातील एक प्रश्न 'जगात आश्चर्य काय?' (किम) हा होता, तेव्हा धर्मराजाने उत्तर दिले की, आपल्या अवतीभोवती दररोज हजारो लोक मरत असतानाही आपण मात्र अमर आहोत, असे उर्वरित असणाऱ्या लोकांना वाटते, हेच जगातील सर्वांत मोठे आश्चर्य आहे. सदरचे उत्तर समर्पक असेच आहे.

मृत्यूला घाबरत नाही, मृत्यूची भीती बाळगू नये, हे अपेक्षित आहे, मात्र मृत्यू होईलच याचे स्मरण तरी ठेवायला नको का? समर्थ रामदासांनीही मृत्यूची भीती बाळगू नका मात्र स्मरण ठेवा, असे म्हणताना---

'मृत्यूचे स्मरण असावे, हरि भक्तीशी सादर व्हावे'

असे म्हटले आहे. म्हणजेच 'एक दिवस मरायचेच आहे तेव्हा चुकीचे वागू नका' असा त्याचा अर्थ घेणे अपेक्षित आहे. मात्र अध्यात्मातील अनेक गोष्टींचा वापर आपल्या सोयींप्रमाणे करून घेण्याची कला आपण आत्मसात केली आहे.

मृत्यूला भिऊ नका, मृत्यू हा उत्सव आहे, नव्या जीवनाची सुरुवात आहे असे विविध धार्मिक ग्रंथात नमूद आहे. हॅपी थॉट्सचे सरश्री यांच्या 'मृत्यू अंत नव्हे, वाटचाल' या ग्रंथात तर 'मृत्यू हा जीवन प्रवासाचा अंत नसून महाजीवनाकडे नेणारे प्रवेशद्वार आहे, मृत्यूविषयीचं ज्ञान माणसाला सकारात्मक आणि सुंदर बनवतं, म्हणून मृत्यूचे भय न बाळगता या जीवनातच तो जागृत झाला तर एक प्रसन्न पहाट आपली प्रतीक्षा करत असल्याचे जाणवेल,' असे नमूद आहे.

एकंदरीत सर्व संतांनी मृत्यूचे भय ठेऊ नका, असे म्हटले आहे; तर मृत्यूचे स्मरण मात्र ठेवावे असेही म्हटले आहे. एक दिवस आपणास मृत्यू येणारच हे पण खरे आहे तेव्हा

'मरावे परी कीर्तीरूपे उरावे'

असे जगण्यास खरे जीवन जगणे असे म्हटले जाते, तेव्हा आयुष्यात मिळालेल्या वेळेचा खऱ्या अर्थाने उपयोग करावा, नाही तर वेळ कोणती वेळ दाखवेल, हे सांगता येणार नाही, या आशयाचा एक शेर आठवतो...

'वक्त का क्या पता,
कौनसा वो गुल खिला दे ।
आज जो उँचा खडा है,
कल उसे धरती दिखा दे ।
वक्त की कनीज है,
हर चीज दुनिया की ।
जब चाहे उपर बिठा दे,
जब चाहे निचे गिरा दे ।'

ooo

५१. संशयाच्या भोवऱ्यात

निगाहो में मंजिल थी,
गिरे और गिरकर संभलते रहे ।
हवाओ ने बहुत कोशीश की,
मगर चिराग आँधीयोंमे भी जलते रहे ।

सद्य:स्थितीत सर्वत्र संशयाचे वातावरण पसरले आहे. सर्वच क्षेत्रातील तसेच कुटुंबातही लहान-मोठ्या व्यक्तींबाबत कमी-जास्त प्रमाणात विविध बाबतीत संशय व्यक्त केला जात आहे. बहुतांश वेळी संशय खोटा ठरतो, मग सावरासावरही केली जाते. परंतु 'दोरा तुटला आणि परत जोडला, की गाठ पडतेच' या उक्तीप्रमाणे संबंधात, व्यवहारात गाठ पडते ती कायमचीच. संशयी वृत्तीने शेवटी कुणाचेच भले होत नाही, मात्र नुकसान सर्वांचेच होते, हे स्पष्ट आहे.

संशयाला औषध नाही. एक छोटीशी संशयाची ठिणगी वणव्याप्रमाणे पेटत जाऊन सर्व काही राख करते. पूर्ण खात्री झाल्याशिवाय कुणावरही कोणताही संशय व्यक्त करू नये. संशयाने घर, संबंध, संसार सर्वच उद्ध्वस्त होतात. हे सर्व माहिती असूनही संशय व्यक्त केला जातो. कोणीतरी नि:स्वार्थ भावनेने व प्रामाणिकपणे काही समाजकार्य करतो हे मानण्याचे बाबतीतही आपण संशयखोर आहोत.

संशय म्हणजे शंका, संदेह, भय, तर प्रत्येक गोष्टीसंबंधाने शंका घेणाऱ्याला संशयखोर आणि पदोपदी शंका घेण्याचा स्वभाव असलेल्याला

संशयी असे म्हटले जाते; तसेच संशयाने पिडलेल्या व्यक्तीस संशयग्रस्त असे म्हणतात.

राष्ट्रकार्यात, समाजकार्यात व समाजहितासाठी समर्पण करणाऱ्या व्यक्तींवर तसेच प्रमाणिकपणे, निष्ठेने काम करणाऱ्या व्यक्तींवर शंका घेणे म्हणजे त्याला चांगल्या कार्यापासून रोखणे होय, हा प्रकार आता तर सर्वच ठिकाणी पाहावयास मिळत आहे. अनेक वेळा सार्वजनिक जीवनात, तर मुद्दामहून नियोजन करून एखाद्याच्या बाबतीत संशयास्पद स्थिती तयार करून, त्याला बदनाम करण्याचा, मिटविण्याचा प्रयत्न केला जातो. त्यामुळे अनेकांचे जीवनसुद्धा निष्कारण उद्ध्वस्त झाल्याची अनेक उदाहरणे आपल्या जवळपास आढळतात. राजकारण आणि कूटनीती मध्ये संशयाचा वापर प्रामुख्याने केला जातो. कोणाचेही भांडण किंवा दुरावा निर्माण करण्यासाठी संशय निर्माण केला जातो, जे काम शस्त्राने होणार नाही ते काम संशयाने होते, कारण शंका ही समुद्राच्या लाटेप्रमाणे असते, वाऱ्यानुसार वाहते आणि उसळत राहते.

संशय, शंका कार्यरत असण्याचे वेगवेगळे प्रकार व विविध क्षेत्र आहेत. मात्र प्रामुख्याने भारतीय कुटुंब व्यवस्थेतील संशयाचे भूत वाढतच चालले आहे. परिणामी संशयापोटी एकत्रित व्यवसाय आणि एकत्र कुटुंबपद्धती उद्ध्वस्त होत आहेत. प्रत्येकाला प्रत्येकाच्या बाबतीत शंका यावी, अशी काहीशी स्थिती निर्माण केली जात आहे. यामध्ये आचारविचारांसोबतच चारित्र्याचा संशय घेणे, ही बाब जास्त समोर येत आहे. कुणाच्याही बाबतीत त्याचे चारित्र्य भ्रष्ट आहे, असे सर्रास म्हटले जाते, विशेष म्हणजे यासाठी कोणीही पुरावा विचारत नाही, उलट त्याची चर्चा करून चारित्र्यहीनतेचा शिक्कामोर्तबही केला जाते. उच्च वर्गातील प्रतिष्ठितांपासून, तर सर्वसामान्य मजुरापर्यंत सर्वच चारित्र्यहीन आहेत, असे दाखविणारी संशयास्पद स्थिती तयार केली जात आहे. चारित्र्यावर संशय घेण्याचा हा प्रकार स्त्रिया आणि तरुण मुलींबाबत तर सर्रासपणे वापरला जात आहे. यातून अनेक आत्महत्या व खुनाचे प्रकार घडत आहेत.

सद्य:स्थितीत अनेक चित्रपट तसेच टीव्ही सीरीयलने चारित्र्यावरील संशयाचे भूत अनेकांच्या डोक्यात भरले आहे. दुपारी फावल्या वेळेत टीव्ही मालिका पाहून संध्याकाळी कुटुंबीयांना व नवऱ्याला किंवा पत्नीला संशयित म्हणून पाहणारे महिला व पुरुष कुटुंबात अशांतता पसरवून कुटुंब उद्ध्वस्त करत आहेत. विभक्त कुटुंब पद्धती, वाढते वृद्धाश्रम, वाढणारे कुटुंब कलह, वाढते घटस्फोट, दोघांचेही विवाहबाह्य संबंध, व्यसनाधीनता आदी विविध प्रकार संशयामुळेच अधिक बळावत आहेत.

शंका व्यक्त करून भांडणे केलीत की, या शंकेची व त्यातील भांडणाची उगाच चर्चा होऊ नये म्हणून, हवे तसे करून देण्याचे प्रकार घडले आहेत. स्वामी विवेकानंदांनी सांगितल्याप्रमाणे 'चारित्र्य गेले की, सर्व काही गेले' असे मानणारे बहुसंख्य लोक आहेत. त्यामुळे चारित्र्यविषयक शंका व्यक्त करणाऱ्यांची मनमानी चालत असते आणि यातूनच कौटुंबिक व सामाजिक हिंसाचारही वाढत असतो.

संशयाला औषध नाही, एक छोटीशी संशयाची ठिणगी वणव्याप्रमाणे पेटत जाऊन सर्व काही राख करते. पूर्ण खात्री झाल्याशिवाय कुणावरही, कोणताही संशय व्यक्त करू नये. संशयाने घर, संबंध, संसार सर्वच उद्ध्वस्त होतात, हे सर्व माहिती असूनही संशय व्यक्त केला जातो. कोणीतरी नि:स्वार्थ भावनेने व प्रामाणिकपणे काही समाजकार्य करतो हे मानण्याचे बाबतीतही आपण संशयखोर झालो आहोत. वास्तविक संशयखोर होणे ही एक मानसिक विकृती असून ती सर्वांना घातक आहे. संशयखोरच्या मनातील संशय वेळेच्या आत दूर करण्यात आला नाही किंवा तो दूर झाला नाही तर अशी व्यक्ती (डिप्रेशन) नैराश्यमध्ये जाते. त्यामुळे स्वत:ची स्वत:ला भीती वाटणे, सर्वांना शत्रू समजणे व इतरही मानसिक रोग बळाविण्याचेही प्रकार वाढतात. संशयखोर व्यक्ती प्रत्येक बाबतीत व नेहमी शंका व्यक्त करतात. स्वत:च तयार केलेल्या शंकाच्या नकारात्मक विचारांच्या जाळ्यात फसत जातात. स्वत:च्या योग्यतेवरही संशय घेतात, त्यामुळे शक्ती राहात नाही, अयशस्वी होतात. परिणामी ('लॉ ऑफ अॅट्रॅक्शन') आकर्षणाच्या नियमानुसार नकारात्मक परिणामच त्यांना मिळत असतात. त्यामुळे नैराश्याला बळी पडतात. तेव्हा शंका व्यक्त करत राहणे हे कदापि व कोणासाठीही योग्य ठरत नाही.

कुठल्याही बाबतीत शंका येणे ही एक सहज होणारी मानसिक क्रिया असली तरी, शंकेची खात्री करून घेणे; तसेच वेळेनुसार शंकेचे निरसन करून घेणे आवश्यक ठरते. अनेक वेळा शंका खरी ठरतच नाही. एखाद्या वेळी शंका खरी ठरल्याची खात्री झाल्यास त्यावर कायमस्वरूपी तोडगा काढायला पाहिजे. त्याऐवजी केलेली तात्पुरती तडजोड ही आगामी मोठ्या वादळाची सुरुवातच म्हणता येईल. कारण शंकेतून सिद्ध झालेल्या व्यक्ती पुढे सुधारल्याची उदाहरणे फार कमी आहेत.

संशयाने खूप काही बिघडत असते, हे पौराणिक कथा व आजच्या अनेक घटनांमधून समजून घेणे महत्त्वाचे आहे. संशय ही कल्पना असते. संत मंडळींनाही संशयाने पछाडू नये, या आशयाचे संत नामदेव महाराजांनी प्रार्थनेत 'कल्पनेची बाधा न होणे काळी, ही संत मंडळी सुखी असो' असे म्हटले आहे. शेवटी संशयाच्या भुताने आपले व आपल्या संबंधितांचे जगणे कठीण होते, एवढे मात्र खरे!

संशय हे विष तर विश्वास हे जीवन आहे आणि माणसाचा माणसावरील विश्वास जास्त सार्थ ठरत असतो, विश्वास ठेवावा या आशयाचा एक शेर आठवतो.

जिन्हे शक हो वो करे खुदा की तलाश,
हम तो आपकोही खुदा मानते है ।

○○○

५२. कॉमनसेन्स हवाच

आप खुदही अपनी अदाओं पर जरा गौर किजीए
हम अर्ज करेंगे, तो शिकायत होगी...

आपण व्यवहारात नेहमी एक वाक्य वापरतो. ते म्हणजे, "तुला काही कॉमनसेन्स आहे की नाही?", "तुला काही बुद्धी आहे की नाही", किंवा "नॉनसेन्स कुठला". प्रामुख्याने सेन्स (बुद्धीचे) तीन प्रकार आहेत, कॉमनसेन्स (सहज बोध), नॉनसेन्स (निर्बुद्ध) सिक्स्थ सेन्स (पाच ज्ञानेंद्रियांपलीकडील ज्ञान)

एका वाक्यात कॉमनसेन्सची व्याख्या करावयची झाल्यास "आपल्या कृतीमुळे कुणालाही नाहक त्रास होणार नाही, यासाठी घेतलेली दक्षता म्हणजे कॉमनसेन्स" असे करता येईल. तर कोणाशी, केव्हा, कसे वागावे, कसे राहावे, हे कळणे म्हणजे कॉमनसेन्स, असेही म्हणता येईल.

वास्तविक कॉमनसेन्स म्हणजे सामान्यबुद्धी (साजेशी अक्कल). ही सामान्यबुद्धी सर्वांकडून सर्वांनाच अपेक्षित असते. दैनंदिन सर्वच प्रकारच्या व्यवहारात सामान्यबुद्धीची गरज पडते. तशी ती वापरलीही जाते. मात्र ही बुद्धी वापरून किंवा न वापरल्याने काम बिघडले आणि अपेक्षेप्रमाणे परिणाम आले नाही, तर मात्र आपला कॉमनसेन्स काढला जातो. प्रामुख्याने कुशाग्र बुद्धीच्या किंवा अनुभवी अशा लोकांकडून 'कॉमनसेन्स नाही का?'

असा टोमता मारला जातो. अनेकवेळा तर हे वाक्य उच्चारताना आवाजात विशिष्ट प्रकारे चढ-उतार केला जातो आणि ''कॉमनसेन्स आहे की नाही?'' हे वाक्य ''तुला थोडीशी तरी अक्कल आहे किंवा नाही?'' असे विचारणारी शिवी पण ठरते. 'नॉनसेन्स' आणि 'बेअक्कल कुठला' असे म्हणणे, म्हणजेच कॉमनसेन्स नसल्याचे दर्शविणे होय.

नेहमी दुसऱ्यांची अक्कल काढणाऱ्यांकडे अक्कल कोठून आली? हे कॉमनसेन्स म्हणजे काय, कोठे मिळते, असे प्रश्नही उपस्थित होत असतात.

कॉमनसेन्स अर्थात सामान्यबुद्धी विकसित होण्याचा संबंध शिक्षणाशी असतोच असा नाही, तर काही बाबतीत असतोही, असे म्हणता येईल. प्रत्यक्ष जीवन जगताना, दैनंदिन व्यवहार कुशलतेने हाताळताना, 'कॉमनसेन्स' असायलाच हवा. यामुळे काम, व्यवहार व्यवस्थितपणे पूर्ण होतात. गोंधळ होत नाही, गैरसमज पसरत नाही; तसेच आपले व्यक्तिमत्त्व विकसित होण्यास मदतही होते.

सर्वसाधारणपणे व्यवहारात प्रत्यक्ष बोलताना, रुग्णांना भेटावयास जाताना, कुणाकडे शोक संवेदना व सांत्वन व्यक्त करताना, अंत्ययात्रेत व स्मशानभूमीत उपस्थित असताना, नोकरीसाठी मुलाखत देताना, फोनवरून बोलताना, कार्यक्रमात भाषण करताना, वाहन चालविताना; हास्य, डोळे, हातवारे करताना देहबोलीतून आणि कार्यक्रमानुसार वेशभूषा करताना अनेकांकडे कॉमनसेन्सचा अभाव दिसून येतो. परिणामी चीड निर्माण होते. तदनंतर कॉमनसेन्स नसलेल्या व्यक्तींबाबत निंदा, नालस्ती होते.

वास्तविक कॉमनसेन्स वाढविण्यासाठी काही गोष्टी आत्मसात कराव्या लागतात. त्यामध्ये प्रामुख्याने समोरच्याचे म्हणणे पूर्ण ऐकून घेणे, नंतरच प्रतिक्रिया देणे; कर्तव्य म्हणून काही काम, जबाबदारी स्वीकारली असल्यास काम झाले किंवा नाही झाले, त्याचे रिपोर्टिंग (अहवाल) समोरच्याने न मागता वेळेच्या आत देणे, म्हणजेच कर्तव्याची जाण ठेवणे; मोठ्यांबद्दल पूर्ण आदर ठेवणे, बोलताना तारतम्य ठेवून बोलणे, कार्यक्रमात अभिनंदन, शुभेच्छा की श्रद्धांजली देत आहोत याचे भान ठेवणे, स्वातंत्र्यदिन की प्रजासत्ताकदिन तसेच कितवा वर्धापनदिन हे नीट बोलणे, भाषण करताना संबंधितांची नावे व्यवस्थित घेणे, रुग्णास भेटत असताना, 'असे घडताच, तो तर मरण पावला होता' असे व नकारात्मक बोलण्याचे प्रकार टाळणे, अंत्ययात्रेत रंगीबेरंगी भडक कपडे टाळणे, आपणच फक्त हुशार आहोत, असे न दाखविणे, तर आपल्या सारखेच सर्वांनी हुशार व्हावे, अशी अपेक्षा न ठेवणे, या सर्व गोष्टी सर्वांनाच कळत नाहीत म्हणून इंग्रजीत अनेकजण 'कॉमनसेन्स इज नॉट

डॅट कॉमन इन, कॉमन पीपल' व 'कॉमनसेन्स इज रेयर सेन्स' असेही म्हणत असतात.

प्रत्यक्षात सार्वजनिक ठिकाणी अर्थात बस स्थानक, रेल्वे स्थानक, मंगल कार्यालये, शाळा, महाविद्यालये, नागरी बँका, शासकीय कार्यालये, चित्रपटगृहे आदी ठिकाणी वावरणारे अनेक कर्मचारी व हजारो नागरिक कॉमनसेन्स ठेवत नाहीत. सार्वजनिक संस्थेच्या आवारात कुठेही थुंकणे, कचरा करणे, छोट्यांना कुठेही शौचास बसविणे, बगिच्यात व जंगलात दारूच्या बाटल्या फेकणे आदी प्रकार होतात. दुसरीकडे गावा-गावात अस्वच्छतेची स्थिती असल्याने गाव खेड्यात हागणदारी मुक्त गाव, राज्यात संत गाडगेबाबा स्वच्छता अभियान, देशात नुकतेच सुरू झालेले स्वच्छता अभियान, म्हणजे एक प्रकारे कॉमनसेन्स विकसित करा, असा संदेश देण्यासाठी केलेले एक आवाहनच आहे, असे म्हणता येईल.

'जेथे खातात, तेथेच थुंकतात' या पद्धतीने वागणारे लोक दिसून येतात. रस्त्यावर दुचाकीवरून, ऑटो व बसमधून गुटका, तंबाखूची पिक सर्रासपणे थुंकणारे, बसमध्ये उलटी (वांत्या) होते, बस लागते, हे माहीत असतानाही कॅरीबॅग न बाळगता घाण करणारे, सतत कर्कश हॉर्न वाजवून आवाजाचे प्रदूषण करणारे, शाळा व न्यायालयासमोर हॉर्न वाजविणारे, इतरांना त्रास देणारे, गर्दीत लोटपोट करून शिस्त तोडणारे, अशा सर्वांना खऱ्या अर्थाने 'कॉमनसेन्स'ची खूप गरज आहे. कॉमनसेन्स शिकविणे, याबाबत जागृत करण्याचे अवघड काम अजून करावयाचे राहिलेच आहे, तर दुसरीकडे मात्र अनेक चित्रपट, टीव्ही चॅनेलवरील विविध कार्यक्रमांतून कॉमनसेन्स ठेवू नये, तरच जीवनात आनंद होतो, असा चुकीचा संदेश देणारे अनेक कार्यक्रम प्रसारित केले जात आहेत.

शेवटी कॉमनसेन्स तर प्रत्येकाला असायलाच पाहिजे. तो प्रयत्नपूर्वक मिळविला पाहिजे आणि टिकविलाही पाहिजे. कार्य करताना प्रत्यक्ष आलेल्या अनुभवातून आणि दुसऱ्यांकडे बघून केलेल्या निरीक्षणातूनच हा कॉमनसेन्स मिळत असतो आणि आयुष्यभर उपयोगी पडत असतो. नियोजित कामे व्यवस्थित पार पाडून आपले व आपल्या संबंधितांचे जीवन गतिमान करण्यासाठी, जगणे सुकर करण्यासाठी, जवळचे लोक तसेच पारिवारिक व सामाजिक संबंध टिकविण्यासाठी 'कॉमनसेन्स' अंगीकारणे आवश्यक ठरते, एवढे मात्र खरे !

शेवटी ज्याला कॉमनसेन्स नाही, असे पण लोक त्रास सहन करीत व इतरांना त्रास देत जगत असतातच,

त्यांच्यासाठी एका शायरच्या ओळी आठवतात...

मैने बहोत से इन्सान देखे है,
जिनके बदन पर लिबास नही होता ।
और बहोत से लिबास देखे है,
जिनके अंदर इन्सान नही होता ।
कोई हालात नही समझता,
कोई जजबात नही समजता ।
ये तो बस अपनी अपनी समझ है,
कोई कोरा कागज भी पढ लेता है,
तो कोई पुरी किताब नही समझता ।

❍❍❍

५३. युवा वर्ग : दोष नव्हे, दिशा द्या

न पुछो की मेरी मंजिल कहाँ है, अभी तो सफर का इरादा किया है ।

न हारूंगा-हौसला उम्र भर, मैने किसी से नही, खुद से वादा किया है ।

काल १२ जानेवारीला राष्ट्रीय युवा दिन साजरा करण्यात आला. जगात बहुतांश देशात युवा दिन साजरा होतो; तर आंतरराष्ट्रीय युवा दिन १२ ऑगस्ट रोजी पाळण्यात येतो. संयुक्त राष्ट्रसंघाने १९८५ हे वर्ष आंतरराष्ट्रिय युवा वर्ष घोषित केले होते, याचे महत्त्व लक्षात घेऊन १९८५ पासून भारतात दर १२ जानेवारीला युवकांचे प्रेरणास्थान 'स्वामी विवेकानंद' यांचा जयंती दिन हा 'राष्ट्रीय युवा दिन' म्हणून साजरा केला जातो.

या दिवशी स्वामी विवेकानंद यांच्या स्मृतींना उजाळा देत, युवा पिढीसाठी प्रबोधनपर विविध कार्यक्रमांचे, स्पर्धांचे आयोजन केले जाते. त्यांना उपदेशाचे डोस पाजले जातात, तरुणवर्ग ऐकत नाही, त्यांच्यात सहनशीलता नाही असे सांगून त्यांना दोष दिला जाते, तर व्यसनाधीनता, बेरोजगारी, सोशल मीडिया आदींच्या विळख्यात अडकलेला आजचा तरुणवर्ग काहीही करू शकणार नाही, असे हिणविलेही जाते. मात्र हे सर्व केल्याने तरुणवर्गाची दिशा बदलणार आहे का? त्यांच्या समस्या सुटणार आहेत का? आजचे तरुण-तरुणी बिघडले असे म्हणताना, यासाठी फक्त तरुणवर्ग जबाबदार आहे का? पालकवर्ग, समाज आणि स्वप्न दाखविणारे राजकारणी यांची, तरुणांच्या बाबतीत काहीच जबाबदारी नाही का? पुढे तरुणांचे काय

होणार? संधीच उपलब्ध नाही, तर सोने कसे करणार? आदी अनेक प्रश्नांची उत्तरे आजच्या तरुण वर्गाला हवी आहेत.

या पिढीत नैराश्य आलेले असून या वर्गाचे योग्य प्रबोधन करून त्यांना योग्य रोजगार देणारे शिक्षण देणे आवश्यक झाले आहे. आजच्या तरुणांना आदर्श बघवत नाही आणि आव्हाने पेलत नाहीत, असे म्हणून दोष देण्यासाठी त्यांना योग्य दिशा व संधी देण्याची गरज आहे.

भारतात तरुणांची संख्या खूप झपाट्याने वाढत आहे. संयुक्त राष्ट्राने १५ ते २४ वर्षाच्या वयोगटाला, तर कॉमनवेल्थने १५ ते २९ या वयोगटाला युवा म्हटले आहे. बहुतांश देशात युवांचे वय १५ वर्षापासून आरंभ होते, असे मानले जाते. तर हाँगकाँग आणि नायजेरिया या देशात ६ वर्ष वयाची अवस्थाही युवावर्गात मानली जाते. भारतात २००३ पूर्वी युवा वयोगट १५ ते ३५ वर्षे होते. तद्नंतर राष्ट्रीय युवा नीतीमध्ये १३ ते ३५ हे वय युवागट मानले गेले.

भारतात लोकसंख्या १ कोटी २० लाख अर्थात जगाच्या लोकसंख्येच्या १७ टक्के आहे. यामध्ये युवा वयोगटानुसार सुमारे ३१ टक्के तरुण तरुणी आहेत. जगाची लोकसंख्या ७०० कोटी असून या लोकसंख्येच्या ४३ टक्के तरुणवर्ग जगात आहे. भारतात एकूण ३२ कोटी युवावर्ग असून दरवर्षी २ कोटी मुले १८ वर्षांची तरुण होत आहेत. वयोगटानुसार २०२० मध्ये सर्वांत जास्त तरुण भारतात असतील, कारण भारतातील लोकसंख्येचे सरासरी वय २७ वर्षे होणार आहे. सध्याच्या लोकसंख्येचे सरासरी वय २९ वर्षे असून इतर देशातील नागरिकांचे सरासरी वय ४० ते ४८ वर्षे आहे. एकूणच जगात सर्वाधिक तरुणांचा देश भारत देश आहे.

संख्येने जास्त असणाऱ्या युवा पिढीमध्ये खूप शक्ती आहे. ही पिढी नवीन ते स्वीकारणारी, आशावादी व जागरूक असून डोळसपणे जगत आहे. तसेच बेरोजगारी व त्यामुळे वाढणारी व्यसनाधीनता ही या पिढीची मुख्य समस्या आहे. मागे जनलोकपालच्या आंदोलनावेळी सामाजिक कार्यकर्ते अण्णा हजारे यांच्या सोबत या युवा पिढीची ताकद भारतात दिसून आली आहे. दुसरीकडे संख्या वाढली तेवढे काम करणारे हात वाढले, मात्र युवा पिढीच्या हातांना काम देण्यात सरकार अपयशी ठरले आहे. व्यवसायात जम बसत नाही आणि नोकरी मिळत पण नाही. यामुळे या पिढीत नैराश्य आलेले असून या वर्गाचे योग्य प्रबोधन करून त्यांना योग्य रोजगार देणारे

शिक्षण देणे आवश्यक झाले आहे. आजच्या तरुणांना आदर्श बघवत नाहीत आणि आव्हाने पेलत नाहीत, असे म्हणून दोष देण्याऐवजी त्यांना योग्य दिशा व संधी देण्याची गरज आहे.

कुटुंबातही युवांच्या बाबतीत घुसफूस असते. वडील व मुले यांच्यात दरार पडत आहे. सुमारे २० ते ३० टक्के तरुण घरात होणाऱ्या घुसमटीतून, गळचेपीतून सुटण्यासाठी धडपडत असतात. ४० ते ५० टक्के तरुण संवाद कौशल्याकडे दुर्लक्ष करतात. त्यामुळे त्यांचा सर्वांगीण विकास खुंटतो. तेव्हा युवावर्गाला धाकाने, दहशतीने नव्हे, तर विश्वासात घेऊन घडविणे गरजेचे आहे. आपला मुलगा व मुलगी फार मोठ्या पदावर किंवा मोठा माणूस नाही झाला तरी चालेल. मात्र 'एक चांगला जबाबदार माणूस हो' असा विश्वास देण्याचे, तसेच तरुण-तरुणींच्या संवेदना व जाणिवा जपण्यासाठी दिशा देण्याचे काम कुटुंबातून होताना दिसत नाही.

सद्य:स्थितीत काम नाही, मनासारखी नोकरी भेटत नाही म्हणून युवावर्गाने आपले आयुष्य घडविण्यासाठी संघर्षच करू नये, असे होता कामा नये. 'प्रत्येक यशस्वी कथेमागे वेदनादायक दु:ख असते आणि प्रत्येक वेदनादायक सुरुवातीचा अंत, एक यशस्वी कथा म्हणून होत असते' असे माजी राष्ट्रपती डॉ. ए. पी. जे. अब्दुल कलाम यांनी म्हटले आहे. आजच्या युवावर्गाने महात्मा गांधी, डॉ. आंबेडकर, महात्मा फुले, स्वामी विवेकानंद यांच्यासारख्यांना आदर्श मानले पाहिजेत. या सर्वांचे नुसते ज्ञान प्रचंड नाही, तर त्यांची नैतिकता व सखोल विचार करण्याची प्रवृत्ती महत्त्वाची ठरली आहे.

युवावर्गाने फक्त नोकरीच्या मागे न लागता व्यवसायातून आयुष्याचे स्वप्न, करिअर पूर्ण करण्यासाठी प्रयत्नरत व्हावे, यासाठी पॅशन (स्वत:ची आवड), व्हिजन (भविष्यातील स्वत:चे उद्दिष्ट) आणि मिशन (उद्दिष्ट साकारण्यासाठीचा मार्ग काढून चालणे) या त्रिसूत्रीनुसार 'करिअर' निवडावे. उद्दिष्ट प्राप्तीसाठी मला काय व किती मोबदला मिळतो हे फारसे न पाहाता, आपल्या अंगी पात्रता वाढवावी, तीच भविष्यात उपयोगी पडते. अखेर प्रत्येक यशस्वी व्यक्तीशी सर्वच लोक संबंध जोडायला तयार असतात, हे ध्यानी असू द्यावे.

बदल घडवून आणण्याची शक्ती युवांमध्ये असून आजची युवा पिढी सक्षम आहे. 'दशा' झाली असली तरी 'दिशा' देऊ शकते अशी आहे. सद्य:स्थितीत प्रत्येक व्यक्ती आत्मकेंद्रित होत आहे, तेव्हा युवांनीही स्वत:च्या विकासासाठी आत्मकेंद्रित झाले पाहिजे, शिक्षणासोबतच व्यवसायाची, इतर कामांची कास धरली पाहिजे, कारण सर्वांनाच नोकरी मिळू शकणार नाही. अशातच समाजाने युवावर्गाला सहकार्य

करणेही आवश्यक आहे. युवकांची कौटुंबिक, सामाजिक व राष्ट्रीय जबाबदारी समजून सांगताना, कर्तव्य धारण करणारा धर्म, अनावश्यक धार्मिक हिंसाचार, राजकारण्यांकडून मतांसाठी होणारा त्यांचा वापर, बाबतही त्यांना जागरूक करणे आवश्यक आहे.

युवावर्गाच्या ताकदीशिवाय कोणतीही चळवळ यशस्वी होत नाही. तेव्हा युवांचा वापर करून चळवळी व क्रांती करण्याची भाषा करणाऱ्यांनी युवकांच्या सर्वांगीण विकासासाठी उभारावी, त्यांना रोजगार द्यावा, तर 'रिकामं डोकं भुताचं घर' या उक्तीकडे लक्ष देऊन बेरोजगार युवावर्गाला आतंकवादी, नक्षलवादी व गुन्हेगारीच्या क्षेत्रापासून रोखावे आणि हीच काळाची खरी गरज आहे, एवढे मात्र खरे!

शेवटी युवावर्ग सर्वांकडूनच 'अच्छे दिन आयेंगे' ची अपेक्षा ठेवून आहेत, या आशयाचा एक शेर आठवतो...

सूरज वहीं है, अपनी धुरी पर, न उगता है... न डुबता है ।
मेरे हौसले का भी यही हाल है, न टूटता है... न झुकता है ।

ooo

५४. सायबर गुन्हेगारी आणि युवा पिढी

क्या अजब दस्तूर हुवा जा रहा है,
आदमी आदमी से दूर हुवा जा रहा है,
चाँद सितारोंके तो बहोत करीब है आदमी,
पर इन्सानियतसे दूर होता जा रहा है ।

सध्याचे युग हे माहिती व तंत्रज्ञानाचे युग आहे. कधी नव्हे तेवढी माहिती व नवीन तंत्रज्ञान समारे आले आहे. संपूर्ण जग संगणकाद्वारे व मोबाईलद्वारे मुठीत आले आहे. नवीन तंत्रज्ञानाचा वापर जीवन गतिमान करण्यासाठी व जगणे सुकर करण्यासाठी व्हावा, असे अपेक्षित आहे, मात्र दुसरीकडे या अद्ययावत तंत्रज्ञानाचा एक धोकादायक शस्त्र म्हणूनही वापर वाढला आहे. जनतेची फसवणूक करणे, दिशाभूल करून भ्रमित करणे, स्वार्थ साधणे, नुकसान करणे यासाठीही वापर होत आहे.

संगणकाचे अर्थातच इंटरनेटच्या माध्यमाने तसेच मोबाईलच्या साहाय्याने गुन्हे करणाऱ्यांची संख्या वाढत आहे. परिणामी 'सायबर गुन्हेगारी' हे नाव बहुचर्चित ठरू लागले आहे. कट रचून सायबर गुन्हे करणारे आहेत, तर कळत न कळत सायबर गुन्ह्यात अडकणारेही आहेत, असे दोन वर्ग दिसून येतात. या सायबर गुन्ह्यांवर नियंत्रण ठेवण्यासाठी कायदा करून 'सायबर क्राईम इन्व्हेस्टिगेशन सेल' १८ डिसेंबर २००० सालापासून अस्तित्वात आले आहे. 'प्रत्यक्ष दिसणाऱ्यांपेक्षा पडद्यामागचा गुन्हेगार जास्त धोकादायक असतो' तसेच 'जो गुन्हेगार तंत्रज्ञानाचा शस्त्र म्हणून वापर करतो त्याला त्याच तंत्रज्ञानाच्या साहाय्याने पकडता येऊ शकते' या भूमिकेने 'सायबर

क्राईम इन्व्हेस्टिगेशन सेल' काम करीत आहे.

एकंदरीत वाढत सायबर क्राईम ही एक नवीन समस्या समोर आली असून ती रोखण्यासाठी तेवढे सक्षम कायदे व तज्ज्ञ पोलीस अधिकारी संख्येने तोकडे पडत आहेत. आधुनिक काळाची ही गुन्हेगारी अनेकांचे जीवन उद्ध्वस्त करणारी आहे, एवढे मात्र खरे.

शहराप्रमाणेच ग्रामीण भागातही इंटरनेट, मोबाईलचा वापर मोठ्या प्रमाणात होत आहे. एका सर्व्हेनुसार भारतात ६१ कोटी मोबाईल असून यापैकी सुमारे ३० कोटी मोबाईल ग्रामीण भागात आहेत. भारतात जवळपास ७० टक्के वयस्कर लोक हे इंटरनेट सेवेसोबतच मोबाईलचाही वापर करतात. अर्थात संगणीकरणाचा वाढता व्याप व मोबाईलवरूनही मिळणारे इंटरनेट आता सर्वांना सोयीचे झाले आहे. इंटरनेटद्वारे चुकीच्या वस्तूंचा प्रचार व प्रसार करणे, ई-मेल द्वारे त्रास देणे, आमिष दाखवून फसविणे, एखाद्याचे खाते 'हॅकिंग' (विना परवाना दुसऱ्याची वस्तू वापरणे याला हॅकिंग असे म्हणतात.) करणे, व्यक्तिगत माहितीची चोरी करणे व गैरवापर करणे, आदी अनेक प्रकार केले जाऊ लागले आहेत.

दुसरीकडे मोबाईल व त्यावरील व्हाट्स ॲप, हाईक, टेलिग्राम, गो टू एस. एम. एस., आदी व इतर ॲप्समुळे सोशल मीडियाचे, प्रामुख्याने फेसबुकच्या नावावर धुमाकूळ घातला जात आहे. सायबरोम या आय. टी. कंपनीने, तर फेसबुकवरील फ्रेण्ड रिक्वेस्ट स्वीकारताना जपून स्वीकारा, कारण सायबर अटॅक होण्याची शक्यता असते, असे म्हटले आहे, तर घोटाळे बहाद्दूर या माध्यमातून आपली सर्व माहिती मिळवितात व दुरुपयोग करतात, असेही म्हटले आहे.

फेसबुकवर धार्मिक भावना दुखावणाऱ्या पोस्ट टाकणे, जातीय तणाव वाढणारी माहिती टाकणे आदी प्रकार झाले आहेत. तर मोबाईलवर व्हॉट्सॲपद्वारे खोट्या बातम्या, चारित्र्यहनन करण्याचे प्रकारही वाढले आहेत. 'मुलींचे फोटो टाकून, फोटो निवड करून, रेट विचारा आणि दिलेल्या बँक खात्यांमध्ये रक्कम भरून मुलगी बोलवून घ्या' असा गंभीर वेश्याव्यवसाय, सेक्स रॅकेट मोबाईलने चालविणाऱ्या 'आंटींचे' कारस्थान मागे उघड झाले आहे. प्रेमप्रकरण व पळून जाण्याचे एक कारण मोबाईल मानले जात आहे.

अल्पवयीन मुले अश्लील वेबसाइट पाहत आहेत. इंटरनेटवर सुमारे लाखांच्यावर अश्लिल वेबसाइट आहेत. तर यामुळेही विनयभंग व बलात्काराच्या प्रकारात वाढ

होत आहे. नेट फिल्टरिंग फर्म 'ऑप्टेनेट' च्या आकड्यानुसार इंटरनेटवर उपलब्ध एकूण माहितीच्या ३७ टक्के माहिती ही अश्लील आहे.

विशेष म्हणजे या माध्यमाने धर्माविषयी व जातीय तेढ निर्माण करणे आदी कामे उपद्व्यापी लोकांकडून नाहक केली जात आहेत. परिणामी फेसबुकवर, व्हॉट्सॲपवर मानहानी केली म्हणून, विद्रूप फोटो टाकला म्हणून जातीय तणाव, दगडफेक झाल्याची व गाव बंद राहिल्याची अनेक उदाहरणे आहेत.

लॉटरी लागल्याचा एसएमएस हा प्रकार 'नायजेरियन फ्रॉड' असून नायजेरियामधील मिल बंद पडल्यानंतर बेकार झालेल्या कामगारांनी इंटरनेटच्या माध्यमातून दुसऱ्यांची फसवणूक सुरू केली. त्यामुळे लाखो भारतीय कोट्यवधी रुपये गमावून बसले आहेत. परिणामी विश्वासार्हता धोक्यात आली आहे. अनेकवेळा तर कोणती पोस्ट दुसऱ्याला पाठविली, तर गुन्हा होऊ शकतो हे माहिती नसते आणि प्रकरण वाढले की गळ्यात येते, असेही अनेकांच्या बाबतीत झाले आहे.

सायबर सुरक्षेशी संबंधित कंपनी सायमेंटेक सॉफ्टवेअरचे राष्ट्रीय प्रबंधक रितेश चोप्रांच्या मते ४४ टक्के लोकांना अनोळखी नंबरहून मॅसेज मिळतो. जास्त ध्वनी संदेश ऐकण्यासाठी व लिंकवर क्लिक करण्यासाठी सांगितले जाते आणि लोभापायी लोक बळी पडतात, या प्रकाराने त्याची माहिती चोरली जाण्याची शक्यता असते.

देशविघातक कारवाईसाठीही या तंत्रज्ञानाचा वापर केला जात आहे, आता तर 'सायबर मर्डर' ही गुन्हेगारी सुरू झाली आहे. 'नायजेरियन फ्रॉड' ने अनेकांना कंगाल, तर फेसबुक, व्हॉट्सॲपने नग्न केले आहे, फॉरेन जॉब ऑफरने किडनॅपिंगचा कहर केला आहे.

दुसऱ्या व्यक्तींच्या मोबाईलवरून तिसऱ्याला संपर्क करून धमक्याही दिल्या जातात. 'मोफत सॉफ्टवेअर' च्या फंदात खाजगी व देशासंबंधीची माहिती आपण दहशतवाद्यांच्या पदरात ढकलतोय, हे सर्व तंत्रज्ञान वापरताना दक्षता न घेतल्यामुळे घडते, तेव्हा दक्षतेने वापर करणे हीच सुरक्षितता होईल, असे मत तज्ज्ञांनी व्यक्त केले आहे.

एकंदरीत वाढते सायबर क्राईम ही एक नवीन समस्या समोर आली असून हे रोखण्यासाठी तेवढे सक्षम कायदे व तज्ज्ञ पोलीस अधिकारी संख्येने तोकडे पडत आहेत. आधुनिक काळाची ही गुन्हेगारी अनेकांचे जीवन उदध्वस्त करणारी आहे, एवढे मात्र खरे. गुन्हेगारी कोणतीही असो, ती वाढण्यासाठी मानसिक प्रवृत्तीच काम करते, तेव्हा कठोर कायदे, कडक शिक्षा सोबतच प्रबोधन महत्त्वाचे ठरते. आमिष

दाखविणारे जबाबदार तसेच आमिषाला बळी पडणारेही जबाबदार असतात, हे विसरून चालणार नाही. बॉलिवूडचे अनेक कलाकार व दिग्गज अशा २७ प्रभावशाली व्यक्तींना घेऊन मागे मुंबई पोलिसांनी नागरिकांना, विशेषत: लहान मुलांना सायबर क्राईमपासून संरक्षण देण्यासाठी एका मिनिटाची फिल्म बनविली व प्रसारितही केली.

अनोळखी लोकांशी मैत्री करू नका, आपल्या खाजगी गोष्टी कोणाशीही शेअर करू नका, आपल्या अकाऊंटचे पासवर्ड दर तीन महिन्यांने बदलत रहा, अशा सूचना करताना अनेक कलाकार यामध्ये दिसून आले होते.

एकंदरीत सायबर क्राईममुळे युवा पिढीचे भवितव्य धोक्यात आले आहे, त्यांचे शैक्षणिक, सामाजिक नुकसान होत असून त्यांना कर्तव्याचे भान राहत नाही, उलट यामुळे सामाजिक विकृतीत भर पडत आहे. तेव्हा या बाबतीत 'सावध रहा व सुखी रहा' असे धोरण महत्त्वाचे ठरेल.

शेवटी, सायबर क्राईम करून सर्वांमध्ये जातिभेद, धर्मभेद तसेच मतभेद निर्माण करू नका, या आशयाचा एक शेर आठवतो...

अच्छी है ये प्रेम की गंगा, इसको बहने दो,
मत होने दो गावमें दंगा, इसको रहेने दो,
हमको लाल, हरे, उदे रंग में मत बाँटो,
हाथ में बस एक तिरंगा, इसको रहने दो ।

ooo

५५. फुकट्यांचा देश...?

आप वो है जैसी आपकी इच्छा है ।
जैसी इच्छा है वैसी आकांक्षा है ।
जैसी आकांक्षा है वैसा कर्म है ।
जैसा कर्म है वैसा ही भाग्य है ।

भारताची लोकसंख्या १२५ कोटी एवढी असून जगात सर्वाधिक लोकसंख्येचा देश म्हणून आपली जोरात वाटचाल सुरू आहे. दरम्यान सर्वाधिक गरीब असलेल्यांचा देश, मागासलेल्यांचा देश म्हणून दीन-दुर्बल घटकांची सेवा या नावाखाली, राजकारण्यांनी अनेक अनावश्यक सोयी सवलती दिल्या आहेत, तर 'सर्व काही फुकट मिळावे' अशी जनतेची मानसिकता तयार केली आहे. परिणामी देशाचे, समाजाचे, त्यातही तरुणांच्या भविष्याचे वाटोळे होत आहे, तर आजपर्यंतच्या लाखो-करोडोच्या विविध योजनांतून गरिबी तर हटलीच नाही, मात्र राबविणारे अधिकारी, नेते श्रीमंत झाले आहेत. लोकांना गरिबीत ठेवणे, त्यांना स्वावलंबी ऐवजी परावलंबी बनविणे, त्यांच्यात खोटी आशा, अपेक्षा जागवून ताटकळत ठेवणे, सोयी सवलती देऊन आळशी बनविणे; तर फक्त राजकारणीच आपले भले करू शकतात, असा चुकीचा विश्वास निर्माण करणे, आदी कामे पद्धतशीरपणे करण्यात आली आहेत. त्यामुळे जनतेत फुकट मिळविण्याची मानसिकता बळावली आहे.

सुरुवातीच्या काळात अनेक गावांचे आठवडी बाजारात विनामूल्य चहा पाजला जायचा, नंतर मात्र सवय जडली की हाच चहा महागड्या

भावाने विकायचा, हीच पद्धत आजही विविध क्षेत्रात सुरू आहे. विविध योजनांचा वापर अफूच्या गोळीप्रमाणे केला जात आहे. जनतेला नशेत ठेवण्याचा हा प्रकार असून या योजनेंतर्गत अनेक चुकीची कामे करा, तरी काही बिघडत नाही, अतिक्रमण करण्यापासून टॅक्स चोरी करण्यापर्यंतचे आपले अधिकारच आहेत, असे खोटे चित्र निर्माण करण्यात आले आहे.

अतिशय स्वस्त दरात अन्नधान्य देणे, अनेक वेळा कर्ज माफी देणे, वीज बिल माफी देणे, अन्न सुरक्षा योजना, खतांवर अनुदान, कृषी साहित्यावर अनुदान, जातींवर आधारित आरक्षण, ज्येष्ठ नागरिकांना व इतरांना प्रवासासह इतर सवलती देणे, दारू विक्रीचे परवाने देणे, या व अशा शेकडो योजनांमुळे समाजात गैरप्रकार वाढले आहेत. आपणास योजनांचा लाभ मिळावा म्हणून चुकीच्या पद्धतीने, भ्रष्टमार्गाने आवश्यक ते प्रमाणपत्र मिळविणे, ज्येष्ठ नागरिक दाखविण्यासाठी वयाचे खोटे दाखले जमविणे, खोटे अपंगत्व दाखविणे, फक्त अनुदान लाटण्यासाठी उद्योग उभारणे, आदी बोगस कामे मोठ्या प्रमाणात केली जात आहेत. हे सर्व गैरप्रकार विविध योजनांनीच जन्माला घातले आहेत.

सदर गैरप्रकारातून आळशी झालेले किंवा फुकट खाण्याची सवय झालेल्यांनी विविध कारणे सांगून दुसऱ्याला दोष देत काम करणे टाळले आहे, तर या फुकट्या मानसिकतेनेच समाजात गुन्हेगारी वाढली आहे. फसवणूक, चोरी, अपहरण हे त्यातीलच मुख्य प्रकार आहेत.

एकीकडे देशात श्रमशक्तीचा ऱ्हास होत असताना दुसरीकडे योग्य, सक्षम काम करणारे लोक भेटत नाहीत, अशी स्थिती आहे. जाचक कायद्यांना- तसेच एवढे काम करण्याची गरजच काय? या मानसिकतेच्या कामगारांना कंटाळून, उद्योगच बंद करण्याचे प्रकार वाढले आहेत. सोन्याचा धूर निघणाऱ्या या देशाची 'फुकट्यांचा देश' या दिशेने वाटचाल सुरू आहे. वास्तविक जपानी म्हणीनुसार 'कुणाची एक दिवसाची भूक घालवायची असेल तर त्याला जेवू घाला, मात्र कायमची भूक घालवायची असेल तर त्याला मासे पकडणे (अर्थात काम) शिकवा' असे म्हणतात. तेव्हा नागरिकांना विविध रोजगाराच्या संधी उपलब्ध करून देणे आवश्यक असताना राजकर्त्यांनी त्यांना कामचुकार, आळशी बनविण्यात भर घातली आहे.

सरकारने विविध योजना काढल्यात मात्र त्याचा उपयोग कुणी, कसा, केला, हे तपासलेच नाही. उलट मतदार नाराज होणार नाहीत, याची सातत्याने काळजी घेऊन, योजनेच्या परिणामाकडे दुर्लक्ष केले. जगातील विकासशील देश व प्रगतशील देश यांमधील फरक ओळखून करावयाची अनेक कामे राहून गेली आहेत. विविध

योजनांतून गोरगरिबांना सबळ, सक्षम करण्याचा उद्देश बाजूला राहिले, उलट या योजनेच्या माध्यमातून मिळालेले साहित्य विकून पैसा गोळा केला जात आहे.

प्रामुख्याने अन्न सुरक्षा योजनेच्या माध्यमातून दारिद्र्य रेषेखालील कुटुंबांना प्रति व्यक्ती ३५ किलो धान्य— त्यातही गहू २ रुपये किलो, तांदूळ ३ रुपये किलो या भावाने दिले जात आहे. एका कुटुंबात ५ व्यक्ती असल्यास दोन व्यक्तींचे कोट्यातील धान्य घरात ठेवून उर्वरित तीन व्यक्तींचे धान्य बाजारात विकले जाते व पैसा मिळविला जातो. तसेच घासलेटचे (रॉकेल) सुद्धा आहे. १५ रुपये प्रमाणे मिळणारे घासलेट ५० रुपये प्रमाणे विकले जाते. अनेकांनी तर शासकीय धान्य व घासलेट विकणे हेच स्वत:चा उदरनिर्वाहाचे साधन बनविले आहे. त्यामुळे स्वस्त भावात धान्य देऊन गरिबांच्या मूळ गरजा भागविण्याचे तसेच त्याचे परिश्रमाने होणारे आर्थिक उत्पन्नाने त्यांचे राहणीमान व दर्जा सुधारण्याच्या प्रयत्नांचे बारा वाजले आहेत. हा प्रकार लाजिरवाणा असा आहे.

अन्न, वस्त्र, निवारा यासाठी जर सरकारच मदत करणार असेल, तसेच दानदाते जर दान देत असतील तर काम करायचे कशाला, असा साधा प्रश्न आहे. 'मागून मिळते ना, मग कशाला वाहन पुसून पैसे मिळवावेत' अशी भावना भीक मागणाऱ्या, दान मागणाऱ्या हजारो धडधाकट लोकांची झाली आहे. दुसरीकडे हजारो हातांना काम देऊ शकणाऱ्या सधन उद्योजकांनी कुटुंब नियोजन योजना राबविली. त्यामुळे घराघरांतून परंपरागत पद्धतीने निर्माण होणारे हजारो उद्योजक जन्मलेच नाही, उलट उद्योजकाला एकच मुलगा असल्याने उगाच मोठा पसारा कशाला, या भावनेतून देशी शेकडो उद्योग बंद पडलेत; आणि ज्यांना कुटुंब नियोजनाची खरी गरज होती, ते गरीब आपली संख्या वाढवत राहिले. परिणामी गरिबांच्या संख्येत, तसेच शासनाच्या अनुदानावर व समाजातील दानशूरांच्या भरवशावर जगणाऱ्यांची संख्या वाढली आहे. दरम्यान अशा गरिबांच्या गरिबीचे, गठ्ठा मनांचे, जातीयवादाचे राजकारण करून सत्ता प्राप्त करण्याचे ध्येय अनेकांनी साध्य केले.

या देशात टॅक्स भरणारेही दु:खी आहेत, तर सरकारच्या विविध योजनांच्या लाभ घेणारेही दु:खी आहेत. दोघेही समाधानी नाहीत. मात्र मायबाप सरकार प्रामाणिकपणे जनसेवा करीत असल्याचे प्रदर्शन करीत आले आहे.

नैसर्गिक आपत्तीमध्ये नुकसान झालेल्या समाजातील विविध घटकांना; तसेच शेतकऱ्यांना गारपीट नुकसानीचे, शेती खरडून गेल्याचे अनुदान हा सर्व राजकारणाचा भाग झाला आहे. मुळात कृषी मालाला उत्पादनावर आधारित भाव न देणे, नाहक सबसिडी देणे, मुळातच सरकारने व्यापार करणे, हे सर्व चुकीचे असताना याचीच

'री' ओढली जात आहे.

जगातील सर्वांत मोठा कट (कारस्थान) कोणता? तर तो 'फुकट'चा कट होय. कारण ज्याप्रमाणे एड्स झाल्याने रोगप्रतिकारशक्ती कमी होते, त्याचप्रमाणे फुकट घेण्याची सवय झाली की, आलेल्या आपत्तीला टक्कर देण्यासाठी संघर्ष व परिश्रम करण्याची, प्रतिकारशक्ती राहत नाही, तेव्हा एकंदरीत राज्यकर्त्यांनी तसेच जनतेने उद्योगाची, स्वावलंबनाची, स्वाभिमानाची कास धरण्याची मानसिकता स्वीकारणे गरजेचे वाटते. व्यवस्था म्हणून शासनाने मदत करावी, मात्र परिश्रमाला वाव द्यावा व श्रमप्रतिष्ठा जोपासावी. या देशात विनाश्रमाचे काही भेटणारच नसेल, फुकट घेणे व फुकट देणे हा सामाजिक गुन्हा ठरणार असेल, तर समाजाचे चित्र बदलायला वेळ लागणार नाही, एवढे मात्र खरे!

देशातील शासकीय गरिबांची स्थिती, शासनानेच सुधारावी या आशयाचा एका शायरचा शेर आठवतो...

गरीब जानकर मुझको, ना तुम दगा देना ।
तुम्हीने दर्द दिया, तुम्ही दवा देना ।

○○○

राजेश ओं. राजोरे
(महाराष्ट्र शासन पुरस्कृत अधिस्वीकृतीधारक पत्रकार)
✆ ९८२२५९३९०३, ९४२२८८०४४४

जन्म तारीख - २६ फेब्रुवारी १९६८

जन्मगाव - शेगाव

शिक्षण - वृत्तपत्रविद्या व जनसंज्ञापन पदविका

सध्या कार्यरत - संपादक दै. देशोन्नती, बुलडाणा जिल्हा आवृत्ती

यापूर्वी सेवा -

- १९८५ ते १९९२ दै. 'महासागर' वार्ताहर ते आवृत्ती संपादक
- १९९० ते १९९२ अध्यक्ष, खामगाव प्रेसक्लब
- १९९२ दै. देशोन्नती आवृत्ती संपादक
- १९९८ ते २००५ दै. देशोन्नती विदर्भ- मराठवाडा खानदेशच्या सर्व आवृत्तींसाठी विकास अधिकारी.
- संपादकीय, जाहिरात व वितरण तिन्ही क्षेत्रांत उल्लेखनीय कामगिरी म्हणून वेळोवेळी 'देशोन्नती' व्यवस्थापनाकडून गौरव.
- २००२-०३ 'पत्रकारितेतील वास्तव' या रविवारीय स्तंभाचे ५२ भाग चालविले.
- २००३ 'पत्रकारितेतील वास्तव' पुस्तकाची प्रथम आवृत्ती श्री. स्वामी पब्लिकेशन पुणे द्वारा प्रकाशित
- २००७ 'पत्रकारितेतील वास्तव' पुस्तकाची दुसरी व २००८ तिसरी आवृत्ती दिलीपराज प्रकाशन पुणे, द्वारा प्रकाशित.
- ज्येष्ठ संपादक, थोर विचारवंत मा. गो. वैद्य यांनी 'पत्रकारितेतील वास्तव' पुस्तकावर तरुण भारत मध्ये १ जुलै २००७ रोजी 'भाष्य' स्तंभ लिहून अभिनंदन केले.
- विविध जिल्हा, विभाग आणि राज्य स्तरावरील पुरस्कारांनी सन्मानित.
- विविध साहित्य संमेलनात व्याख्याते म्हणून सहभाग.

www.ingramcontent.com/pod-product-compliance
Lightning Source LLC
LaVergne TN
LVHW060622051026
849519LV00002B/723